HUONG TRANG G-BOOKS

TRÚC VIÊN

PHONG THỦY ỨNG DỤNG

trong

XÂY DỰNG - NHÀ Ở - NỘI THẤT - KHÁCH SẠN - NHÀ HÀNG

CÔNG TY VĂN HÓA HƯƠNG TRANG

PHONG THỦY ỨNG DỤNG

Trong

XÂY DỰNG – NHÀ Ở – NỘI THẤT
KHÁCH SẠN – NHÀ HÀNG

ISBN-13: 978-1986160629
ISBN-10: 1986160629

TRÚC VIÊN

PHONG THỦY ỨNG DỤNG

Trong

XÂY DỰNG – NHÀ Ở – NỘI THẤT – KHÁCH SẠN – NHÀ HÀNG

NHÀ XUẤT BẢN ĐÀ NẴNG

Lời nói đầu

Đi ngang hay bước vào nhà một gia đình, nhân điện ta cảm nhận sự ấm áp hay lạnh lẽo, không khí vui tươi hay buồn chán. Ta cũng có thể cảm nhận được sinh khí hay trệ khí của căn nhà đó. Ngôi nhà ấy biểu hiện sự thịnh, suy, bất chấp nó cao rộng hay giản dị.

Biểu hiện đó là hệ quả của vận khí con người trong căn nhà đó và ít nhiều, liên quan đến "mệnh trạch" gia thất, tùy thuộc vào cấu trúc, phương hướng lành dữ, vị trí hưng vượng hay suy tàn của thổ cư.

Mối tương quan giữa người - nhà đất - thiên nhiên là mật thiết, quan trọng, tạo hiệu ứng liên hoàn, hỗ tương đã được chứng minh qua nhiều người, nhiều gia đình, triều đại, lãnh thổ, quốc gia...

Vì thế, các vương triều phong kiến luôn chọn thế đất "phát phúc", người người chọn miền "đất hứa" (Exodus) giúp họ sinh tồn, phát triển bền vững.

Phong thủy (Géomancie), từ nguyên lý, người ta vận dụng vào thực tiễn và hoàn thiện dần, với ước mơ tìm "đất lành - chim đậu", "an cư - lạc nghiệp", góp phần làm "xứ sở con người" (Terre des Hommes - tên tác phẩm nổi tiếng của nhà văn Pháp S. Exupery) trở nên bình yên, hạnh phúc, thịnh vượng.

Đó là ước mong của nhiều người, cũng là của tác giả cuốn biên khảo này.

TRÚC VIÊN

CHƯƠNG I
PHONG THỦY VÀ NHỮNG CÂU CHUYỆN LỊCH SỬ

CHUYỆN KHỔNG MINH CẦU GIÓ ĐÔNG

Khi Tào Tháo (của Bắc Ngụy) kéo đại quân đánh Giang Nam của Đông Ngô, sau đó sẽ thôn tính Tây Thục, Tháo đóng quân thủy, bộ dọc sông Trường Giang, bên kia là Giang Đông. Đô đốc Chu Du của Đông Ngô một hôm thân hành quan sát trại Tào tìm mưu chước để cự địch, bỗng nhiên ngã vật về phía sau, miệng thổ máu tươi, bất tỉnh nhân sự. Tả hữu vực vào tường, các tướng đến thăm, ai nấy đều ngơ ngác nhìn nhau, nói :

- Quân Tào hàng trăm vạn, khác nào hổ rình chờ đớp. Không may đô đốc lại bị tai nạn thế này, nếu quân Tào kéo đến thì làm thế nào?

Lập tức một mặt sai người về báo với Ngô hầu, một mặt tìm thầy thuốc điều trị.

Lỗ Túc thấy Chu Du ốm nằm một chỗ, trong lòng buồn bã, đến chơi Khổng Minh thuật chuyện Chu Du bệnh bất ngờ.

Khổng Minh nói:

- Theo ý ông thì ra làm sao?

Túc nói:

- Đó cũng là phúc Tào Tháo mà vạ Đông Ngô thôi.

Khổng Minh cười, nói:

- Bệnh Công Cẩn, tôi có thể chữa được.

Túc nói:

- Nếu được như thế thì may cho Đông Ngô quá. Liền mời Khổng Minh cùng đến thăm Chu Du.

Lỗ Túc vào trước ra mắt Chu Du, thấy Du trùm chăn kín đầu, Túc hỏi:

- Bệnh tình đô đốc ra sao?

Du nói:

- Ruột gan đau quặn, thỉnh thoảng lại mê mẩn.

Túc hỏi:

- Đô đốc đã dùng thuốc gì rồi?

Du nói:

- Uống vào lại nôn ọe ra, không thuốc nào chịu.

Túc nói:

- Tôi vừa đến chơi Khổng Minh, Khổng Minh nói có thể chữa bệnh đô đốc. Ông ta đang ở ngoài trướng, xin cho mời vào khám chữa?

Du sai mời vào, rồi bảo tả hữu đỡ dậy ngồi trên giường.

Khổng Minh nói:

- Mấy bữa nay không đến hầu, ngờ đâu ngọc thể bất an!

Du nói:

- Người ta họa phúc sớm tối không lường, biết đâu mà giữ cho xuể!

Khổng Minh cười, nói:

- Trước kia gió mưa bất thường, người ta có liệu trước được không?

Du nghe nói tái mặt đi, rên khừ khừ.

Khổng Minh hỏi:

- Trong bụng đô đốc nghe như hơi đầy có phải không?

Du đáp:

- Phải

Khổng Minh nói:

- Nên uống những vị thuốc mát mới được.

Du nói:

- Tôi đã uống nhưng đều vô hiệu.

Khổng Minh nói:

- Trước hết phải chữa cái khí, nếu khí thuận, tự nhiên sẽ khỏi bệnh.

Du tin chắc Khổng Minh hiểu được ý mình, liền hỏi thử rằng:

- Muốn cho thuận được khí, nên uống thuốc gì?

Khổng Minh cười, nói:

- Tôi có một phương thuốc, làm cho đô đốc thông được khí.

Du hỏi:

- Phương thuốc gì, xin tiên sinh cho biết?

Khổng Minh mượn giấy bút, bảo tả hữu lui ra ngoài rồi viết mười sáu chữ như sau:

"Muốn đánh Tào công
Phải dùng hỏa công
Muôn việc đủ cả
Chỉ thiếu gió đông"

Viết xong, đưa cho Chu Du và nói:

- Căn bệnh của đô đốc ở đây !

Du xem xong, giật mình, nghĩ rằng:

"Khổng Minh thật là thần thánh, biết hết cả ruột gan ta! Cần phải nói rõ sự thật mới xong!".

Rồi cười, nói với Khổng Minh:

- Tiên sinh đã biết gốc bệnh của tôi, vậy phải dùng thuốc gì trị được? Việc gấp đến nơi rồi, xin dạy cho.

Khổng Minh nói:

- Tôi tuy bất tài, nhưng có gặp được một dị nhân truyền cho quyển *"Kỳ môn độn giáp thiên thư"* có thể gọi được gió, bảo được mưa. Đô đốc muốn cầu đến gió đông nam, thì phải lập đàn tại núi Nam Bình, gọi là đàn Thất Tinh, bề cao chín thước, chia làm bảy tầng, dùng một trăm hai chục người cầm cờ đứng xung quanh. Tôi xin lên đàn, dùng phép mượn gió đông nam thật to ba ngày ba đêm để đô đốc dùng binh. Đô đốc nghĩ thế nào?

Du nói:

- Chẳng cần đến ba ngày ba đêm, chỉ một đêm gió to là xong việc. Nhưng xin tiên sinh phải làm ngay cho, chớ để chậm chạp.

Khổng Minh nói:

- Ngày 20 tháng 11 là ngày giáp tý, bắt đầu tế gió, đến ngày 22 là ngày bính dần thì gió im, có được không?

Du nghe nói mừng lắm, đứng choàng dậy, lập tức sai năm trăm quân đến núi Nam Bình đắp đàn và điều một trăm hai mươi tên lính cầm cờ giữ đàn, sẵn sàng nghe lệnh.

Khổng Minh từ biệt Chu Du, cùng với Lỗ Túc lên ngựa đến núi Nam Bình xem xét địa thế. Rồi sai quân sĩ lấy đầu hai gián điệp của Đông Ngô mà tế cờ

Tuy nhiên, hàng chục ngày sau vẫn chưa có chút gió như lời Khổng Minh (đoan chắc ngày 20.11)

Đêm 19.11, trời đầy sao, giá rét, không chút gió, Chu Du nhếch mép nói với Lỗ Túc:

- Khổng Minh chỉ khéo đoán mò, trời rét thế này làm gì có gió Đông Nam, họa chăng là gió Bắc.

Canh ba, bỗng nhiên trời đổi hướng gió, gió Đông Nam, cờ quạt tung bay, gió rít ầm ầm.

Du vừa mừng rỡ, vừa giật mình:

- Khổng Minh có phép khiến cả quỷ thần, trời đất. Phải giết hắn mà trừ hậu họa cho Đông Ngô...

Quân sĩ theo lệnh Chu Du tìm giết Khổng Minh nhưng ông đã cao chạy xa bay rồi!

Chuyện "Gió Đông" thật ra là nhờ Khổng Minh thạo "thiên văn địa lý".

CHUYỆN ĐỊA LINH

Trong lịch sử Trung Quốc, có hai nơi thường được các triều đại, các đế chế chọn làm kinh – đô. Đó là Bắc Kinh là Lạc Dương (nay thuộc tỉnh Hồ Nam), Lạc Dương lúc ấy là Kinh đô nhà Hán.

Khi Nguyên Mông chiếm Trung Quốc, Hoàng đế Hốt Tất Liệt hỏi một nhà quý tộc biết ít nhiều về phong thủy "Chọn đâu làm kinh đô?". Nhà quý tộc nói "Bắc Kinh, nơi rồng lượn, hổ quỳ, phía nam là đồng ruộng sông suối Giang Hoài, phía Bắc là bãi cát bên tả nhìn ra biển xanh. Thật là chốn đắc địa!".

Đến khi Chu Nguyên Chương, vị lãnh tụ khởi nghĩa đánh thắng Mông Cổ, lên ngôi lấy hiệu Minh Thế Tổ, có ý muốn ở Bắc Kinh nhưng quần thần can "Vượng khí đã suy, nên dời đô về Nam Kinh", còn nói "rồng nằm ở Trung Sơn, hổ quỳ ở Thạch đầu".

Lạc Dương vốn là cố đô của chín triều đại Trung Hoa cũng có thế tốt dựa núi, tựa sông, ở giữa là đất canh tác phì nhiêu, vựa lúa của cả nước, cạnh sông Dương Tử nay thuộc tỉnh Hồ Nam – Tứ Xuyên (Tây Xuyên cũ) lại là đất sản sinh nhiều hào kiệt, lãnh tụ như Lưu Bị, Khổng Minh, gần đây nhất có Mao Trạch Đông, Chu Ân Lai, Đặng Tiểu Bình.

Ở Việt Nam ta, Nghệ Tĩnh là miền đất nghèo, rừng núi nhiều hơn đồng bằng, mỗi năm một đợt gió Lào hanh khô, nóng bức lùa qua, nhưng thế đất thì tây có núi, đông có sông (tuy không lớn lắm), phong cảnh hữu tình, dáng đất cũng "rồng chầu, hổ phục", vốn là nguyên quán của Hồ Huệ (sau là vua Quang Trung), của các lãnh tụ, thi nhân nổi tiếng như Nguyễn Du, Phan Bội Châu, Hồ Chí Minh v.v...

CHUYỆN LÀM NHÀ CỦA TỔNG THỐNG REAGAN

Cựu Tổng thống Hoa Kỳ Ronald Regan (nhiệm kỳ 1980 – 1988) khi về hưu (hết nhiệm kỳ) đã được các bạn cũ, đồng nghiệp, vốn là những diễn viên điện ảnh Mỹ quyên góp tiền hỗ trợ để ông cất căn biệt thự cuối đời. Ông đã thuê một nhà phong thủy Hồng Kông sang tận California xem xét thế đất (vốn là nông trại của Reagan), định vị và nghiên cứu tổng thể dáng nhà. Ông đã tuân thủ theo phong thủy, dù cũng như nhiều người Mỹ khác, trước đó không hề tin vào phong thủy.

CHUYỆN LẠ KIM TỰ THÁP

Năm 2620 trước Công Nguyên (cách nay hơn 4600 năm) các vua Cheops (Kê-ốp) cho xây Kim Tự Tháp có đáy 217m, cạnh cao 217m, nền văn minh Lưỡng Hà là một trong những cái nôi văn minh lớn, bao trùm khu vực Trung Cận Đông, từ Ai Cập đến Ba Tư (Iran), Iraq và Do Thái (Juif).

Kim Tự Tháp là lăng mộ huyền bí, nơi đó, từ thế kỷ 17,18 các toán cướp khoét mộ tìm châu báu đều chết tại vòng ngoài. Có truyền thuyết cho rằng chúng bị trượt chân (do mê cung LABIRINTH) có tẩm mỡ và thân thể bị những mảnh thủy tinh vụn tẩm độc gây tử vong. Người Ai Cập nói "thần linh trừng phạt chúng".

Giữa thế kỷ XX, các nhà khoa học Châu Âu đo được từ trường và các bức xạ ở mê cung rất khác thường, làm con người đứng gần cảm thấy sảng khoái. Trái cây, thực phẩm đặt vào Mê Cung thì sự tươi sống kéo dài rất nhiều ngày.

Quần thể Tháp ở 30^0 vĩ bắc, 31^0 kinh đông. Trên vĩ tuyến 30^0, có các thủ phủ lớn như Cảng Suez (Ai Cập), thủ phủ Mann (Jordanie), hải cảng Fao (Kuweit), kinh đô L'Hassa (Tây Tạng), thành phố New Orleand (bang Lousiana, Hoa Kỳ), cùng nhiều thủ phủ, thành phố lớn khác. Trên kinh tuyến 31, có Kiev, Petersbourg (Nga – vốn là các kinh đô Sa Hoàng), Salisbury (thủ đô Rhodesia) Kiali (thủ đô Ruanda – châu Phi) cùng nhiều thủ phủ khác.

Điều đó, khó mà xem như tình cờ, ngẫu nhiên được. Cũng cần biết sau Trung Quốc, Ai Cập phát minh la bàn và họ có những nhà phong thủy tài ba tham gia xây dựng các thủ phủ và Kim Tự Tháp.

Đến nay, nhiều bí mật về tháp vẫn chưa được khám phá và người ta thừa nhận các nhà toán số Ai Cập, cha đẻ của môn hình học, thông số π Pi 3,1416 đã để lại nhiều ký hiệu bí hiểm bên ngoài những tảng đá của tháp, trơ gan cùng tuế nguyệt nhưng vẫn chưa bị bào mòn bao nhiêu.

Mỗi thập kỷ trôi qua đều có những lời giải mới được công bố. Thế nên tục ngữ Ả Rập có câu "Tiên tri của thánh Mohamet" (Mahomet hay Mohamet là giáo chủ).

Một truyền thuyết khác về lăng mộ Đinh Tiên Hoàng của Việt Nam (thế kỷ X):

Khi mai táng tiên vương, Đinh Liễn rước thầy phong thủy nung hình rồng và tìm long mạch để cha an nghỉ dưới giếng sâu. Thầy này muốn hại vua Việt ta, nên lén lút tra thanh gươm vào họng con rồng đất nung trước mộ.

Về sau, anh em Đinh Liễn sát hại nhau tranh cướp ngôi báu, triều Đinh của cậu bé "chăn trâu cờ lau tập trận" Đinh Bộ Lĩnh suy tàn, nhường chỗ cho nhà Tiền Lê (Lê Hoàn).

Từ các câu chuyện kể trên, có thể thấy phong thủy ảnh hưởng và liên quan đến nhiều lĩnh vực : phong thủy và lịch sử, địa lý, phong thủy và sinh hoạt ăn ở, phong thủy và văn hóa, kiến trúc, mai táng v.v...

Thuật ngữ Phong (gió), Thủy (nước) chỉ xuất hiện từ thời cuối Tần, đầu nhà Tấn ở Trung Quốc do nhà dịch lý Quách Phác gọi và liên tục tồn tại đến nay.

Từ điển LAROUSSE (Pháp-1961) gọi là GEOMANCIE : Divination de la terre (bói toán về đất), từ điển WEBSTER'S chiết tự GEO : earth; MANTEA: divination, có nghĩa như LAROUSSE. Vốn là cái nôi sinh ra thuật phong thủy, Trung Quốc xem đó là khoa học tự nhiên (như toán) và khoa học thực nghiệm, như trong bộ toàn thư "ĐẠI ĐIỂN TÍCH VĂN HÓA TRUNG HOA" đồ sộ, trong đó có 3 trong 6 bộ liên quan đến phong thủy : Bí ẩn của bát quái, Bí ẩn của phong thủy, Trạch cát thần bí.

Lĩnh vực này không còn là những ý niệm siêu hình, hoang tưởng mà là những phép tính tìm thông số của các loại phương trình, theo la bàn xưa do Trung Quốc phát minh.

Mục đích tập sách nhỏ này không đi sâu biện giải, lý thuyết mà chỉ từ những nguyên lý căn bản, ta "thực nghiệm lâm sàng" áp dụng nó vào đời sống, đặc biệt, về việc xây dựng nhà cửa.

Lịch sử phong thủy có từ lâu, người xưa có thể chiêm nghiệm thống kê sơ đẳng qua thực tiễn. Họ suy diễn theo bát quái, có những suy diễn mơ hồ chỉ nói lên việc CẤM KỴ hay KHÔNG CẤM KỴ nhưng không giải thích vì sao CẤM!

Dưới ánh sáng của khoa học thực nghiệm, chúng ta lần lượt giải thích điều đó. Chẳng hạn vì sao giường ngủ không nên đặt dưới rầm (đà) (đây là vấn đề thuộc tâm lý học), vì sao cửa chính và cửa phòng không nên nằm trên một trục 180^0 (đây là vấn đề thuộc vật lý, nhiễu sóng Herzt lẫn tâm lý học), vì sao bếp không đặt ở các hướng sinh khí (cũng thuộc lĩnh vực vật lý, y học, môi trường). Thuật phong thủy hiện đại là cố gắng "giải mã", vẫn theo các nguyên lý bát quái, bát trạch, khí vận v.v...

CHƯƠNG II
BÁT QUÁI VÀ BÁT TRẠCH

Bát quái (bát: 8; quái: quẻ) là đồ hình mà theo truyền thuyết "Hà đồ lạc thư" là mô phỏng từ mai, vẩy con rùa ở sông một cảnh Lạc Dương, thủ phủ xưa của Trung Quốc cách nay vài ngàn năm.

Bát Quái cũng định hình từ lưỡng nghi (Âm – Dương) có 8 quẻ tượng trưng cho phong thủy. Đó là:

◆ CÀN: Trời. Còn là biểu tượng cao sang, tôn quý như: thiên tử, cha, đỉnh đầu vàng ngọc, ứng với mùa đông, tài lộc thuộc can chi NHÂM THÂN.

◆ KHÔN: Đất, biểu tượng hoàng hậu, mẹ, bụng, ứng với đầu thu (lập thu), tài lộc thuộc 4 chi: Thìn, Tuất, Sửu, Mùi.

◆ KHẢM: Nước, nam nhi, ứng với tháng 11 (giữa đông), tài lộc hợp với Tuất.

◆ CẤN: Núi, thiếu nam (trai mới lớn), ứng tháng chạp, giêng, tài lộc hợp với Bính.

◆ CHẤN: Giông bão, trưởng nam, ứng tháng 1, 4, 2, tài lộc : không.

◆ TỐN: Gió, ứng với trưởng nữ, thời gian thuận tháng 3,4, tài lộc can TÂN.

◆ LY: Lửa, Mặt trời, thanh nữ (gái trưởng thành) thuộc tháng 5 (giữa hè), lộc ứng với can KỶ.

◆ ĐOÀI: Đầm ao, ứng với thiếu nữ, vợ lẽ, thuộc tháng 8 (thu phân), lộc ứng can ĐINH.

Đồ hình bát quái là đồ hình căn bản của thuật phong thủy lẫn chiêm tinh tử vi.

Từ đó, bát quái được vận dụng vào phép địa bốc mà sinh ra Bát Trạch. Do đó, theo Bát Trạch, mỗi hạng tuổi cụ thể sẽ ứng với một trong tám quẻ là một phương vị có đặc điểm tốt xấu khác nhau, sẽ liệt kê cụ thể ở Chương III.

Bát Trạch (Bát : 8, Trạch : nhà ở) bắt nguồn từ Bát Quái (vài sách ghi “Trạch là chọn” không đúng với chữ Trạch (宅)

Đồ hình “bát quái” chia ra hai loại cung:

- Cúng Ký sinh (hay bát quái) là cung liên quan đến vận mệnh con người. Ví dụ : người tuổi Kỷ Sửu (sinh 1949) có cung Ký sinh là ĐOÀI hiệu ứng ở hướng Tây, mệnh Thích lịch Hỏa (lửa sấm sét), can Âm.

- Cung bát trạch liên quan đến điền thổ, nên trạch (ruộng vườn), phong thủy (việc xây cất, hướng nhà v.v.). Ví dụ : tuổi Kỷ Sửu (1949) bát trạch của nam là CÀN, của nữ là LY, thuộc Tây Tứ Trạch.

Tạm gọi đó là sự "giao thoa", "phối ngẫu" giữa cung bát trạch đặt trên tiên thiên bát quái (tức 8 vị trí trên mặt phẳng).

Ví dụ: Đoài thuộc hướng Tây, ứng với Đoài, bát trạch sẽ cho ra kết quả "phục vị", tức hướng trung bình.

Các bản phụ lục kèm theo sau đây sẽ liệt kê cung bát trạch cùng các hướng tốt xấu.

1. CUNG BÁT TRẠCH.

(Người sinh từ 1924 đến 2043)

Năm	Tuổi	Nam	Nữ
1924	Giáp Tý	Tốn	Khôn
1925	Ất Sửu	Chấn	Chấn
1926	Bính Dần	Khôn	Tốn
1927	Đinh Mão	Khảm	Cấn
1928	Mậu Thìn	Ly	Càn

1929	Kỷ Tỵ	Cấn	Đoài
1930	Canh Ngọ	Đoài	Cấn
1931	Tân mùi	Càn	Ly
1932	Nhâm Thân	Khôn	Khảm
1933	Quý Dậu	Tốn	Khôn
1934	Giáp Tuất	Chấn	Chấn
1935	Ất Hợi	Khôn	Tốn
1936	Bính Tý	Khảm	Cấn
1937	Đinh Sửu	Ly	Càn
1938	Mậu Dần	Cấn	Đoài
1939	Kỷ Mão	Đoài	Cấn
1940	Canh Thìn	Càn	Ly
1941	Tân Tỵ	Khôn	Khảm
1942	Nhâm Ngọ	Tốn	Khôn
1943	Quý Mùi	Chấn	Chấn

1944	Giáp Thân	Khôn	Tốn
1945	Ất Dậu	Khảm	Cấn
1946	Bính Tuất	Ly	Càn
1947	Đinh Hợi	Cấn	Đoài
1948	Mậu Tý	Đoài	Cấn
1949	Kỷ Sửu	Càn	Ly
1950	Canh Dần	Khôn	Khảm
1951	Tân Mão	Tốn	Khôn
1952	Nhâm Thìn	Chấn	Chấn
1953	Quý Tỵ	Khôn	Tốn
1954	Giáp Ngọ	Khảm	Cấn
1955	Ất Mùi	Ly	Can
1956	Bính Thân	Cấn	Đoài
1957	Đinh Dậu	Đoài	Cấn
1958	Mậu Tuất	Càn	Ly

1959	Kỷ Hợi	Khôn	Khảm
1960	Canh Tý	Tốn	Khôn
1961	Tân Sửu	Chấn	Chấn
1962	Nhâm Dần	Khôn	Tốn
1963	Quý mão	Khảm	Cấn
1964	Giáp Thìn	Ly	Càn
1965	Ất Tỵ	Cấn	Đoài
1966	Bính Ngọ	Đoài	Cấn
1967	Đinh Mùi	Càn	Ly
1968	Mậu Thân	Khôn	Khảm
1969	Kỷ Dậu	Tốn	Khôn
1970	Canh Tuất	Chấn	Chấn
1971	Tân Hợi	Khôn	Tốn
1972	Nhâm Tý	Khảm	Cấn
1973	Quý Sửu	Ly	Càn

1974	Giáp Dần	Cấn	Đoài
1975	Ất Mão	Đoài	Cấn
1976	Bính Thìn	Càn	Ly
1977	Đinh Tỵ	Khôn	Khảm
1978	Mậu Ngọ	Tốn	Khôn
1979	Kỷ Mùi	Chấn	Chấn
1980	Canh Thân	Khôn	Tốn
1981	Tân Dậu	Khảm	Cấn
1982	Nhâm Tuất	Ly	Càn
1983	Quý Hợi	Cấn	Đoài
1984	Giáp Tý	Đoài	Cấn
1985	Ất Sửu	Càn	Ly
1986	Bính Dần	Khôn	Khảm
1987	Đinh Mão	Tốn	Khôn
1988	Mậu Thìn	Chấn	Chấn

1989	Kỷ Tỵ	Khôn	Tốn
1990	Canh Ngọ	Khảm	Cấn
1991	Tân Mùi	Ly	Càn
1992	Nhâm Thân	Cấn	Đoài
1993	Quý Dậu	Đoài	Cấn
1994	Giáp Tuất	Càn	Ly
1995	Ất Hợi	Khôn	Khảm
1996	Bính Tý	Tốn	Khôn
1997	Đinh Sửu	Chấn	Chấn
1998	Mậu Dần	Khôn	Tốn
1999	Kỷ Mão	Khảm	Cấn
2000	Canh Thìn	Ly	Càn
2001	Tân Tỵ	Cấn	Đoài
2002	Nhâm Ngọ	Đoài	Cấn
2003	Quý Mùi	Càn	Ly
2004	Giáp Thân	Khôn	Khảm

2005	Ất Dậu	Tốn	Khôn
2006	Bính Tuất	Chấn	Chấn
2007	Đinh Hợi	Khôn	Tốn
2008	Mậu Tý	Khảm	Cấn
2009	Kỷ Sửu	Ly	Càn
2010	Canh Dần	Cấn	Đoài
2011	Tân Mão	Đoài	Cấn
2012	Nhâm Thìn	Càn	Ly
2013	Quý Tỵ	Khôn	Khảm
2014	Giáp Ngọ	Tốn	Khôn
2015	Ất Mùi	Chấn	Chấn
2016	Bính Thân	Khôn	Tốn
2017	Đinh Dậu	Khảm	Cấn
2018	Mậu Tuất	Ly	Càn
2019	Kỷ Hợi	Cấn	Đoài
2020	Canh Tý	Đoài	Cấn

2021	Tân Sửu	Càn	Ly
2022	Nhâm Dần	Khôn	Khảm
2023	Quý Mão	Tốn	Khôn
2024	Giáp Thìn	Chấn	Chấn
2025	Ất Tỵ	Khôn	Tốn
2026	Bính Ngọ	Khảm	Cấn
2027	Đinh Mùi	Ly	Càn
2028	Mậu Thân	Cấn	Đoài
2029	Kỷ Dậu	Đoài	Cấn
2030	Canh Tuất	Càn	Ly
2031	Tân Hợi	Khôn	Khảm
2032	Nhâm Tý	Tốn	Khôn
2033	Quý Sửu	Chấn	Chấn
2034	Giáp Dần	Khôn	Tốn
2035	Ất Mão	Khảm	cấn
2036	Bính Thìn	Ly	Càn

2037	Đinh Tỵ	Cấn	Đoài
2038	Mậu Ngọ	Đoài	Cấn
2039	Kỷ Mùi	Càn	Ly
2040	Canh Thân	Khôn	Khảm
2041	Tân Dậu	Tốn	Khôn
2042	Nhâm Tuất	Chấn	Chấn
2043	Quý Hợi	Khôn	Tốn
(...)			

Một số người làm bài thơ truyền miệng về các "phối ngẫu" xấu giữa bát quái và bát trạch như sau:

"Bà CÀN đi chợ hồ LY
Mua con cá CẤN làm chi TỐN tiền"

Có nghĩa là bát quái CÀN gặp bát trạch LY sẽ rơi vào cửa tuyệt mạng, giữa ĐOÀI – CHẤN cũng thế.

2. CÁC HƯỚNG NHÀ.

Có hai nhóm: Đông tứ trạch và Tây tứ trạch. Sau đây là các hình vẽ tượng trưng:

ĐÔNG TỨ TRẠCH

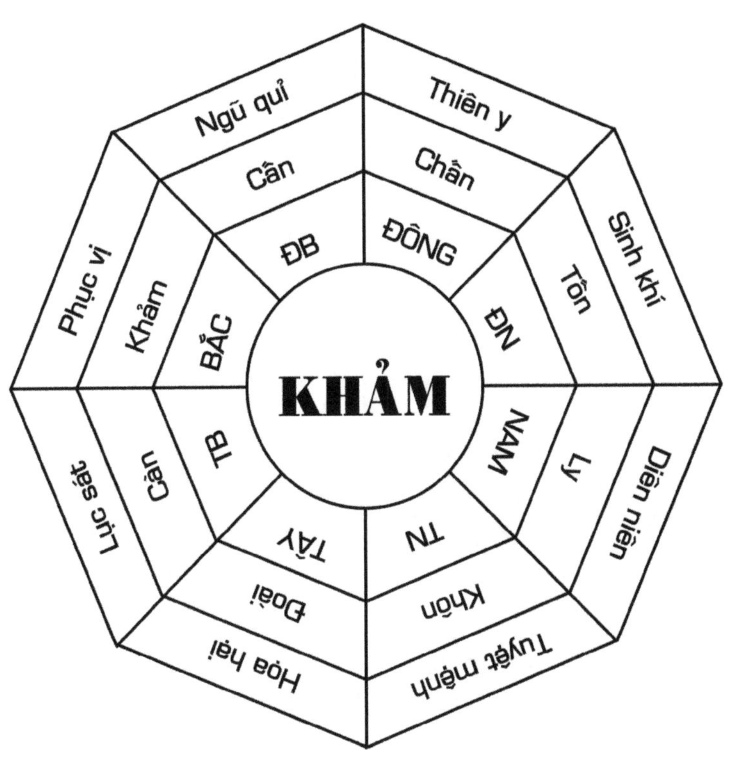

Nhà hướng: Đông, Nam, Đông-Nam

ĐÔNG TỨ TRẠCH

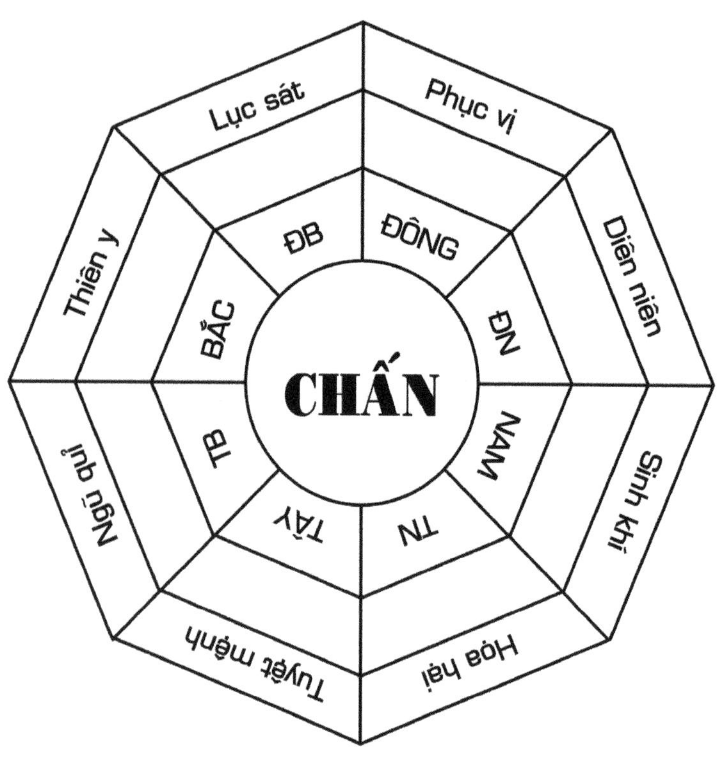

Nhà hướng: Nam, Bắc, Đông-Nam

ĐÔNG TỨ TRẠCH

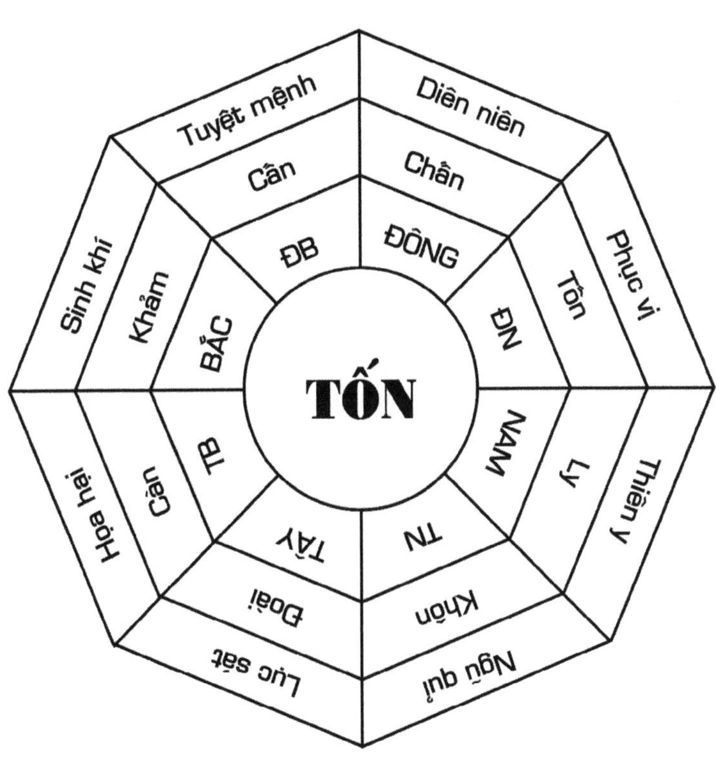

Nhà hướng: Bắc, Nam, Đông

ĐÔNG TỨ TRẠCH

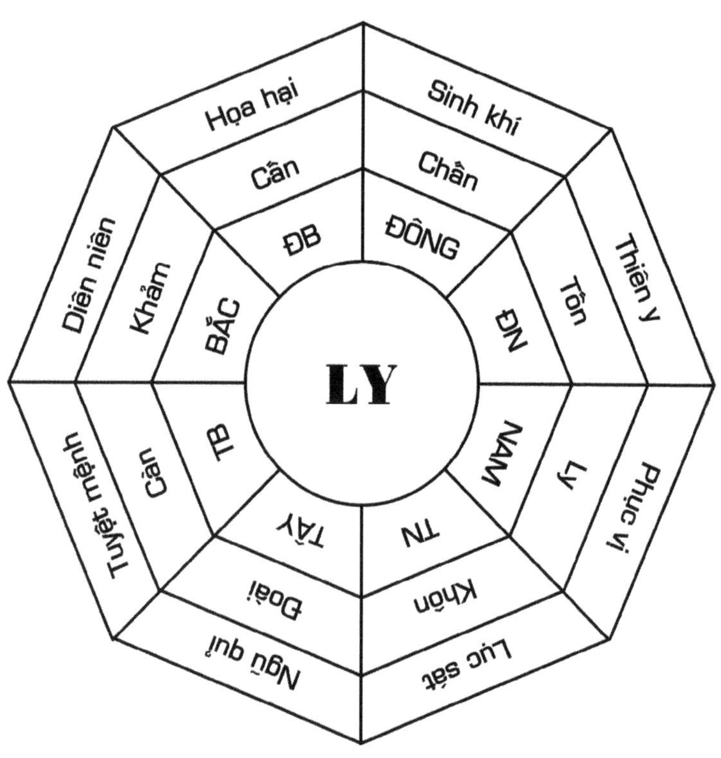

Nhà hướng: Đông, Bắc, Đông Nam

TÂY TỨ TRẠCH

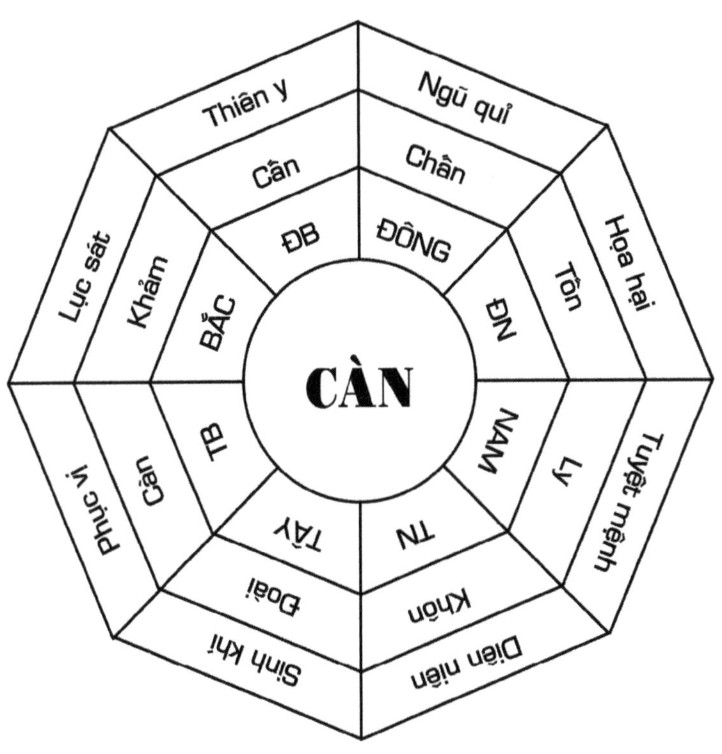

Nhà hướng: Tây, Tây Nam, Đông Bắc

TÂY TỨ TRẠCH

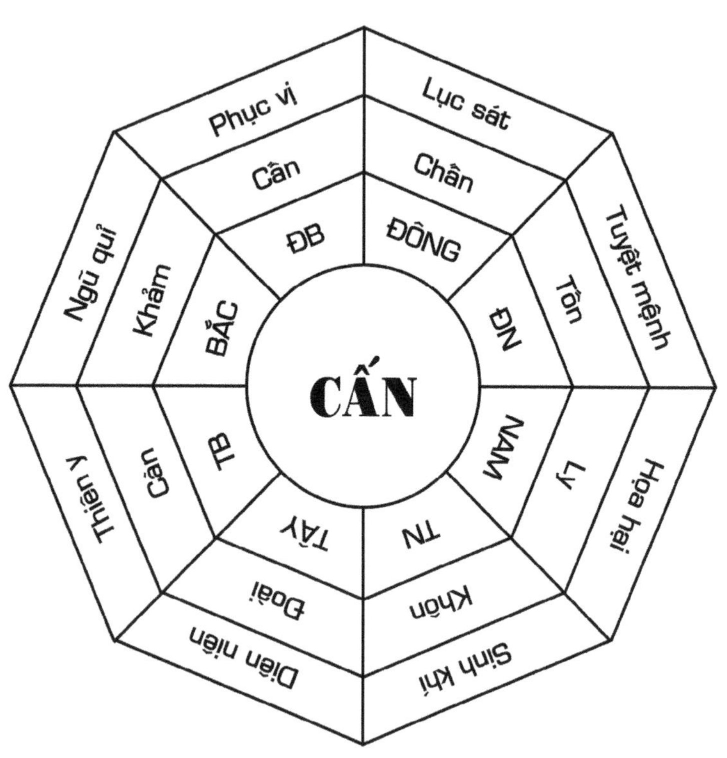

Nhà hướng: Tây Nam, Tây, Tây Bắc

TÂY TỨ TRẠCH

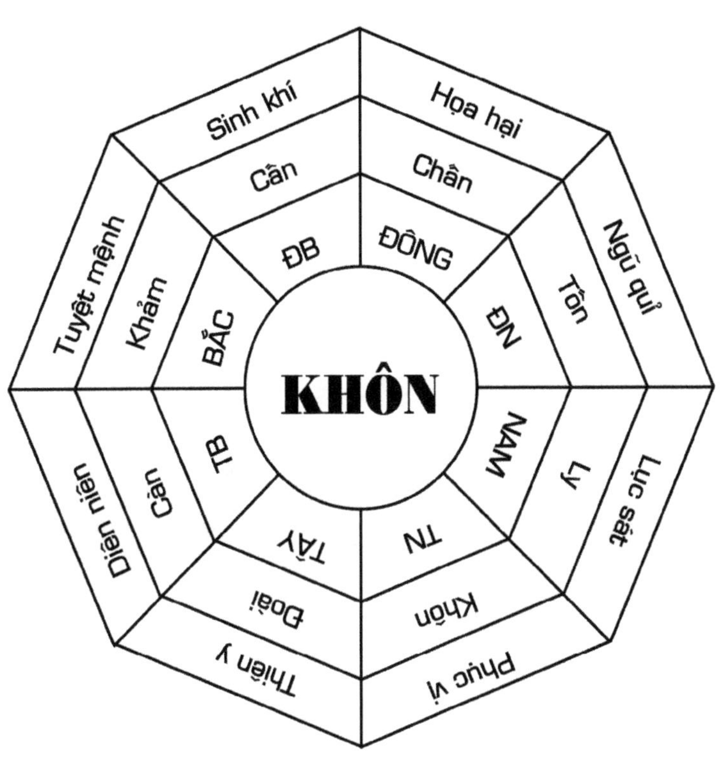

Nhà hướng: Đông Bắc, Tây Bắc, Tây

TÂY TỨ TRẠCH

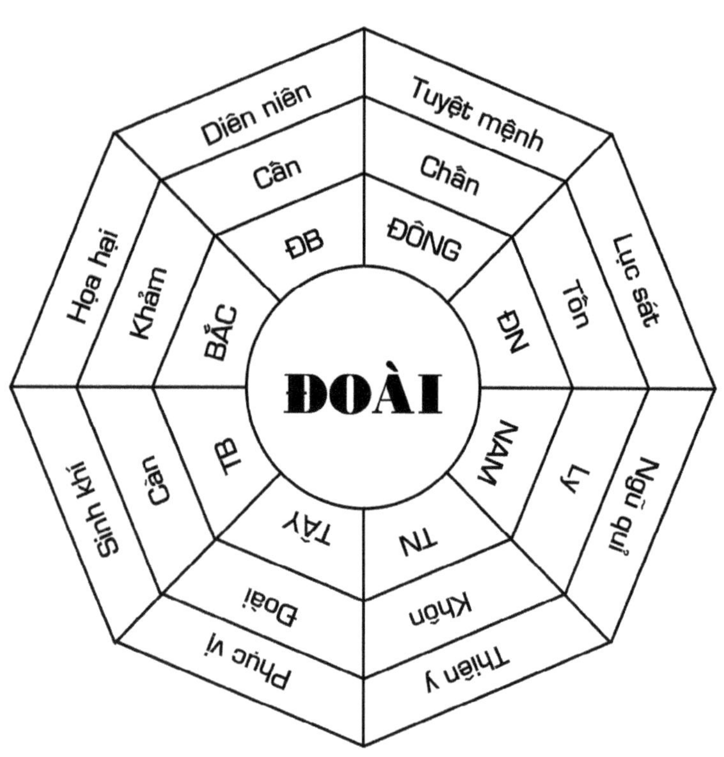

Nhà hướng: Tây Bắc, Tây Nam, Đông Bắc

Căn cứ theo bát quái đồ hình về trạch cung (8 hình kể trên), ta có bảng thống kê theo trìn h tự tính chất: 4 tốt, trong đó có "phục vị" (ổn định xếp hạng tư (trung bình). Hạng 5 thuộc cung xấu nhất, trình tự tính chất giảm dần (xấu nhì, xấu ba, xấu tư...)

BẢNG THỐNG KÊ

TÍNH CHẤT	HƯỚNG BẢN MỆNH				BÁT TRẠCH			
	CÀN	*KHẢM*	**CẤN**	CHẤN	TỐN	LY	**KHÔN**	**ĐOÀI**
Sinh khí	**Tây**	*Đông-Nam*	**Tây-Nam**	Nam	**Bắc**	Đông	**Đông-Bắc**	**Tây-Bắc**
Diên niên *(phúc đức)*	**Tây-Nam**	*Nam*	**Tây**	Đông-Nam	**Đông**	Bắc	**Tây-Bắc**	**Đông-Bắc**
Thiên y	**Đông-bắc**	*Đông*	**Tây-Bắc**	Bắc	**Nam**	Đông Nam	**Tây**	**Tây Nam**
Phục vị	**Tây-Bắc**	*Bắc*	**Đông-Bắc**	Đông	**Đông-Nam**	Nam	**Tây-Nam**	**Tây**
Tuyệt mệnh	**Nam**	*Tây-Nam*	**Đông-Nam**	Tây	**Đông-Bắc**	Tây-Bắc	**Bắc**	**Đông**
Lục sát	**Bắc**	*Tây-Bắc*	**Đông**	Đông-Bắc	**Tây**	Tây-Nam	**Nam**	**Đông-Nam**
Hoạ hại	**Đông-Nam**	*Tây*	**Nam**	Tây-Nam	**Tây-Bắc**	Đông-Bắc	**Đông**	**Bắc**
Ngũ quỉ	**Đông**	*Đông-Bắc*	**Bắc**	Tây-Bắc	**Tây-Nam**	Tây	**Đông-Nam**	**Nam**

Chữ in đậm thuộc mệnh tây tứ trạch

Ta đối chiếu tám bát trạch (Đông tứ trạch và Tây tứ trạch) để biết mệnh về “trạch” của mình thuộc Đông hay Tây.

Có một vấn nạn đặt ra, chẳng hạn bạn có sẵn một mảnh thổ cư nhìn ra đường lộ ở phía Tây hoặc Tây-Nam, trong khi bản mệnh của bạn thuộc Đông tứ trạch. Trường hợp đó giải quyết ra sao ?

Nên đặt cửa lò bếp quay về hướng thuộc Đông tứ trạch để chế giải hướng nhà (thuộc Tây tứ trạch không phù hợp với phong thủy).

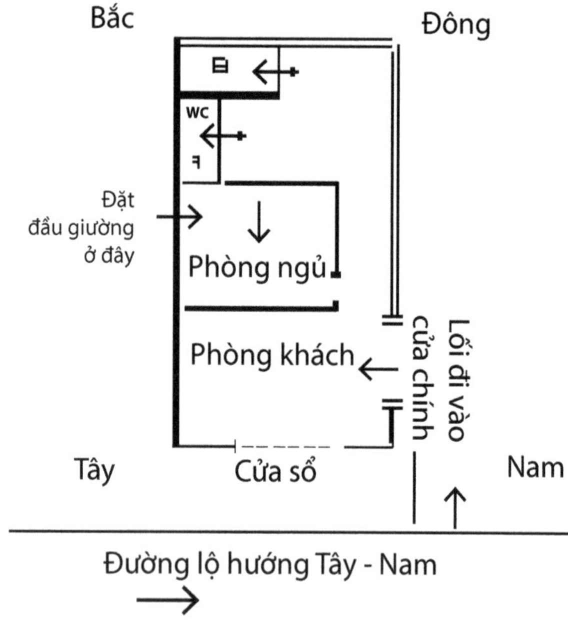

Ví dụ: Chủ gia (nam) sinh năm Nhâm Tý, 1972, mệnh trạch KHẢM thuộc hướng Đông-Nam, Nam, Đông, Bắc, nhưng thổ cư lại nhìn ra trục đường hướng Tây Nam (vốn rất kỵ trạch KHẢM).

Trường hợp này ta chỉ cần để hướng cửa bếp (cửa lò) quay về hướng thuộc Đông tứ trạch (theo thứ tự tốt cho cung trạch của người này là Đông Nam, Nam, Đông Bắc) là phù hợp với phong thủy.

Nếu đặt giường ngủ đuôi giường nhìn ra phía Nam thì càng phù hợp với bản trạch KHẢM của người này.

CHƯƠNG III

THỦY – HỎA ÂM – DƯƠNG VÀ THUẬT PHONG THỦY

Theo hình vẽ của bát quái, lưỡng nghi Âm – Dương bằng nhau, phần trắng và phần đen. Âm – Dương được vật thể hóa bằng Thủy – Hỏa, trong 5 thành tố tứ Ngũ hành (five elements) là "căn cứ địa", "nguồn sống" của phong thủy.

◆ **THỦY (Nước) :** Đó là cái nôi của sự sống, từ tảo biển đến cá, bò sát lưỡng thê (sống dưới nước lẫn trên cạn), động vật, động vật có vú, khỉ và người. Đó là những bước tiến hóa theo nhà khoa học Anh Darwin từ thế kỷ XIX. Do đó, cơ thể người chứa trên 80% nước. Nước là nơi sinh ra, nuôi lớn thảo mộc, ngũ cốc, động vật theo các quy trình; tiêu dùng, tắm giặt, sản xuất nông nghiệp, chăn nuôi, sau đó là công nghiệp.

Xứ nào gần nơi có nước lành (biển, sông, rạch, ngòi, kênh, mương...) thì nơi đó sự tồn tại bình ổn, no ấm, văn minh. Ở sa mạc Sahara (Ai Cập), cao nguyên Golan

(Trung Cận Đông), sa mạc Gobi (Mông Cổ) người ta phải đưa nước (và đất phù sa) từ nơi khác tạo nên ốc đảo, nuôi các thảm thực vật xanh để cải tạo thiên nhiên khắc nghiệt, duy trì sự sống.

Nơi người Hoa sinh sống mà thiếu ao hồ, sông rạch họ cho xây bể bán nguyệt trước nhà, gọi là ứng dụng phép phong thủy, trên thực tế giúp các nhà giảm nhiệt và tạo cảnh quan mát dịu.

◆ **HỎA (Lửa):** Theo thần thoại Hy Lạp, thần lửa là Prométhée (Prô-mê-tê), ân nhân của loài người.

Lửa đem lại nền văn minh, từ giai đoạn hái lượm sang nấu chín thức ăn, sưởi ấm mùa đông. Thức chín (nhờ lửa) sẽ dễ tiêu hóa, diệt vi khuẩn giúp loài người khỏe mạnh.

Lửa cũng nung chảy kim loại thô (quặng) để người cổ sơ đúc thành vũ khí, khí cụ lao động. Đó là những "lò luyện kim" sơ khai thời tiền sử. Thân nhiệt cũng là một loại lửa nội tại, lửa vô hình, ổn định ở 37^0 và 37^05. Thân nhiệt là sức sống. Sự giảm thân nhiệt (hay tăng quá mức) sẽ là hiện tượng âm lấn dương hay dương lấn âm gây bệnh và tử vong.

Như vậy, thủy – hỏa tuy xung khắc nhưng tương tác trên bình diện phong thủy, là hai yếu tố (élément) quan trọng nhất của sự sống, tạo ra Kim, Mộc, Thổ. Ví dụ hỏa diệm sơn phun phún thạch, nham thạch, có trữ lượng Kim (kim loại) trầm tích và Thổ (đất ba-zan).

Nước thấm vào đất (Thổ) làm cây cỏ mọc, dấu hiệu của sự sống (Mộc) "Thủy Hỏa cân bằng thì sự sống đi lên, không cân bằng thì có "sự cố", vì lẽ một giọt nước khó dập tắt một đám cháy và một ngọn lửa nhỏ khó làm bốc hơi bát nước lớn.

Nước có xu hướng rơi xuống, lửa có xu hướng bốc lên. Một que diêm vừa làm khô một giọt nước, tạo đám sương khói, lửa tắt cùng lúc nước bốc hơi sạch. Đó là sự cân bằng.

Vì thế, một mái nhà yên ấm, một làng mạc tốt tươi, phải có thủy hỏa hỗ trợ: bếp luôn ấm, lửa an toàn, nước luôn đủ, sạch và trong. Cây cỏ, ngũ cốc xanh rì, trĩu hạt nhờ đủ nước, động vật béo tốt, mặt trời (dương hỏa) quang tạnh, ấm áp, sáng tỏ.

Ảnh chụp các binh đinh (building), cao ốc, biệt thự, chung cư theo các hình số ...

Cho thấy sự hài hòa âm dương ở kiến trúc tiền diện. Các tường hình bầu xen với khối lập phương, các phần lồi lẫn phần lõm. Đây là công trình áp dụng thuật phong thủy ở các thành phố Bắc Kinh, Thượng Hải, Hương Cảng. Trái lại, các cao ốc (gratte en ciel) ở Newyork (Hoa Kỳ) và các thành phố cũ như San Francisco (phía tây), Texas (phía tây) Boston (phía đông) đều có hình hộp nặng nề. Các công trình nghiên cứu cho thấy nhà chọc trời hình hộp thuần dương của thành phố Newyork dễ gây cảm giác nặng nề, bị căng thẳng và ngộp thở. Có thể đó là một trong những nguyên nhân gây nên sự bất an về tâm linh. Newyork là một trong những đô thị có tỉ lệ người bị bệnh tim mạch, huyết áp cao nhất thế giới, là tụ điểm của tội phạm băng đảng gangster và Mafia.

Người Pháp sớm nhận ra sự bất lợi của cao ốc lập phương nên Luật đô thị của họ khống chế chiều cao tòa nhà, thường chỉ 20 hay 30 tầng. Các thiết kế, bảng vẽ phải phù hợp với tính thẩm mỹ và sự tiện dụng, an toàn, được Tòa thị chính phê duyệt chu đáo chứ không xô bồ như nhiều nơi. Có thể thấy điều đó ở các thành phố Paris (thủ đô), Bordeaux, Lens & Nantes v.v... có giá trị biểu tượng "dương hay âm" và "âm hay dương", hay "âm dương cân bằng", ta vận dụng để thiết kế tổng quát hình dáng nền thổ cư, hình dáng nhà.

Một cách ngẫu nhiên, tòa bạch ốc (White House), tức dinh tổng thống Hoa Kỳ là một khối âm – dương.

Có thể bố cục ấy xuất phát từ ý tưởng thẩm mỹ và phù hợp nguyên lý âm dương.

Triết học thủy hỏa thâm thúy là vậy.

CHƯƠNG IV
KHÍ – SINH KHÍ – VẬN KHÍ

Khái niệm "Khí" trong phong thủy rất quan trọng.

Khí của vũ trụ là thiên khí, địa khí, không khí, sự vận hành của mây, gió, giông bão.

Về thời tiết, gọi là tiết khí. Về đặc điểm, có thanh khí, trọc khí.

Khí trong cơ thể gọi là khí lực, có thể là bế khí (bệnh), khí hư (suy bại), thông khí (tốt)

Khí trong sự vận động và phát triển của mỗi người, mỗi vùng đất gọi là vận khí, có thể là đang "sinh khí" (tốt) hay "bế khí mạt vận" (xấu).

Tục ngữ xưa có câu "Đồng thanh tương ứng, đồng khí tương cầu". Thanh là hữu hình (có thể nghe), khí vừa vô hình vừa hữu hình, có thể hấp lực nhau (hút nhau) hay rời nhau. Vô hình là nội khí, hữu hình là khí sắc (lộ ra ngoài mặt, da thịt, ánh mắt v.v...).

"Địa hữu cát khí, thổ tùy nhi khí" (Đất có khí lành, mặt đất từ đó mà phát) đó là định luật của Quách Phác trong Cổ bản tán kinh (đời Tấn – TQ).

Tinh – Khí – Thần là "tam hoa tụ đỉnh" ở người, tinh kiệt, khí bại, thần hư là sắp vong mạng, sắp "thoát".

Về khoa học hiện đại, sự chu chuyển của khí theo bước sóng tần số HERZT trong không gian (Thiên – Địa), là máu huyết, hơi thở, khoáng, vi-ta-min trong các tế bào ở người, trong sự vận động, biến dịch, sinh ra và đào thải tuần tự, tạo nên thân nhiệt (Nhân).

Vì thế, phương Tây khó dịch chữ Khí, vì lẽ Khí vừa là Không Khí (AIR), vừa là Nội Lực, Năng Lượng (ÉNERGIE) vừa là Sinh Khí (VITALITÉ), trong đó sự chuyển động các phân tử, nguyên tử, I-ôn tạo ra nhiệt, họ buộc phải phiên âm là CHI hay QI.

Phép phong thủy, trong việc tìm "đất lành", có thể bắt đầu từ cảm giác (yếu tố cảm tính). Khi đó, giác quan nhận ra các bước sóng (herzt) không nhiễu, không khí không trọc, tạp, cảnh quan tươi tốt, nơi cây cỏ mọc được, xưa thì gọi là nơi "hoàng kỳ tử khí" (tử khí là khí có sắc tím, ấm áp, chứ không có nghĩa là mùi tử thi)

Ta gọi đó là đất có vượng khí. Quan sát diện mạo một người, thấy họ tươi tắn, hồng hào, linh hoạt, ta gọi đó là người có sinh khí.

Người có 8 vận khí:

1. Sinh khí;
2. Thiên y.
3. Phúc đức (Diên niên).
4. Phục vị.
5. Họa hại.

6 lục sát.

7. Ngũ quỷ.
8. Tuyệt mệnh (sẽ liệt kê ở những chương sau).

CHƯƠNG V
VỊ THẾ - VỊ TRÍ CĂN NHÀ

Theo tính toán của lịch sử Trung Quốc, từ thời Hoàng đế (cổ đại) đến năm 1864 (triều đại Đồng Trị – nhà Thanh) có 78 thái tuế (tuế : 60 năm, còn gọi là lục thập hoa giáp)

- Từ 1924 đến 1983 là Trung giáp tý, hay Cung phi trung nguyên.

- Từ 1984 đến 2043 là Hạ giáp tý hay Cung phi hạ nguyên.

Tùy theo “trung” hay “hạ” nguyên, quái mệnh (quẻ mệnh) của từng người theo năm sinh mà ứng với phương vị hung, cát khác nhau.

Gọi nôm na, đó là hướng sinh khí hay bế khí.

Trong thân người, đầu não là trung tâm chỉ huy, tiền chính Diện nên sự quay mặt hướng nhà, cửa về nơi tốt lành. Quay mặt phù hợp là đón nhận khí hòa hợp, hưng vượng, phát triển.

Thông thường, hướng tốt nhất vẫn là đông nam (đón nắng, gió nhẹ), tránh ánh mặt trời chiếu trực xạ và gió bắc. Đó là cách chọn tổng quát.

Tuy nhiên, đối với người có mệnh "tây tứ trạch" (hướng tây là hướng sinh khí) thì đông nam trở thành hướng xấu, vì nó không phù hợp với sức khỏe, tâm linh chính họ.

Với tính toán phong thủy đa dạng như thế, thì khu dân cư, trục lộ, hướng nào cũng có nhà cửa chữ nếu mọi căn nhà đều nhìn về hướng đông nam thì quả là phí đất ở hướng tây bắc (!).

Người xưa chọn nơi có cây to phía sau nhà làm "huyền vũ" (và kỵ cây cao to trước nhà).

Lý tưởng là dãy núi có 5 dáng riêng (tương ứng ngũ hành), nơi có sinh khí.

Năm dáng đó là:

- Kim: hình bầu dục
- Mộc: hình que
- Thủy: hình thang nhiều đỉnh
- Hỏa: hình tam giác
- Thổ: hình gần vuông hay hình thang

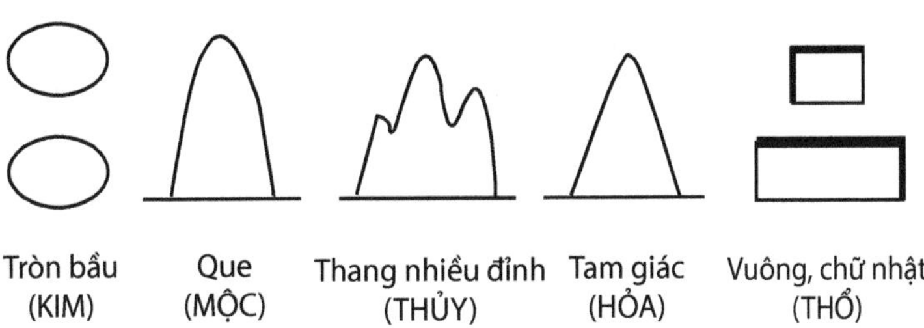

Tròn bầu (KIM) | Que (MỘC) | Thang nhiều đỉnh (THỦY) | Tam giác (HỎA) | Vuông, chữ nhật (THỔ)

Núi, đặc biệt là khe núi, phải có sông, suối và là nơi đầu nguồn, luôn luân lưu:

"*Phàm khán sơn, đáo sơn trường, tiên vấn thủy*" (Bát sơn thiên). (Xem núi, đến nơi, phải hỏi có nước hay chăng). "Tọa sơn", theo từng vị thế mà thành hậu vận khác nhau:

Trước mặt nhà có núi kề bên: sát khí, thú rừng dễ xâm hại.

Trước lẫn sau có núi kề bên : "*Gia bần cô quả, lục súc tận tiêu*", nghèo kém.

Bên trái có núi : "*Bách sự tiên thành, hậu nạn tai*" (dễ hỏng việc làm ăn)

Bên phải có núi : hậu vận bình thường.

Sau lưng nhà có núi : hậu vận khá, vì tránh được sát khí trước mặt nhà, núi là thế "*huyền vũ*" (đó là hệ lụy ngày xưa. Nay, muông thú, ác thú đã bị diệt gần sạch nên chẳng việc gì phải lo).

Về mặt khoa học, nơi có núi có nước là nơi có cây, rễ cây hấp thu và thẩm thấu, hiệp lực với thác, suối.

Phàm nơi có cây mọc là nơi đất có thể canh tác, chưa kiệt, chưa thoái hóa. Có cây cỏ, có nước tất có cuộc sống tươi tốt, người có thể an cư lạc nghiệp, có thể canh tác, nuôi trồng thủy sản.

Núi khô, suối kiệt là nơi bỏ đi, đó là miền "đất chết".

Tuy nhiên, chẳng ai chọn làng mạc giữa khe núi (hai bên là núi) và chỗ đó chưa có sẵn dòng sông nhỏ. Nơi ấy dễ bị lũ cuốn quét đi, đi lại khó khăn, gọi là "*thâm sơn cùng cốc*"

❖ NƯỚC :

Nơi có nước, có nơi động và tĩnh

- Động : thác, suối, rạch, sông, kênh
- Tĩnh : ao (tù), đầm (lầy), hồ đơn độc.

Trong đó, hồ có thể do nước ngầm hay nước mưa tụ lại (tĩnh) do nguồn nước từ sông đổ về, như Hồ Trúc Bạch ở Hà Nội (động).

Nhà ở cần quay mặt về hướng "lưu thủy" như sông, rạch, kênh, mương. Không cất sát cạnh bờ (sông rạch) vì dễ sạt lở, ghe tàu va chạm, trẻ em dễ bị thủy tai.

Quay về hướng "lưu thủy" sẽ có nước tiêu dùng, sản xuất, không gian được giảm nhiệt từ 1^0 đến 2^0.

Nhà ở cạnh tĩnh thủy (ao tù, đầm lầy) dễ bị tà khí như các bô-níc, lưu huỳnh... chưa kể các loại phiêu sinh, tảo độc, muỗi mòng, đĩa, vắt... xâm hại.

Ở cạnh sông rạch, cần tránh những nơi có hình vẽ dưới đây:

- **Trước có ao tròn, nhà luôn lục đục**

H.1

• **Trước có ao bán nguyệt :** vận hạn lận đận nhưng không quá xấu như ao tròn

Tốt, nếu cánh cung nằm ở phía ngoài.

1. Tránh sạt lở.
2. Thêm phù sa.
3. Nhà phú túc

H.2

+ *Phía Đông hay Nam có sông rạch uốn khúc hình bầu:*

1. Tránh sạt lở,
2. Có nguy cơ "trùng thê" (2,3 vợ)
3. Nhà no ấm

H.3

+ *Tiêm thiệt:*

"Tiêm thiệt" lưỡi nhọn của sông rạch liếm vào cửa chính nhà : nước từ dưới đổ lên thì mạt vận (hình 5)

H.4

+ *Sông rạch chảy ngang qua:*

1. Nước chảy xiết thì xấu.

2. Nước chảy vừa thì tốt

3. Vận hạn khá

+ *Sông rạch ngang qua, hình bầu lồi:*

1. Tránh sạt lở

2. Con cháu hiển đạt khoa cử

+ *Sông rạch trước và sau:*

1. Nông trang thành đạt (sản xuất nông nghiệp)

2. Cuộc sống ấm no

+ *Sông rạch bao kín chung quanh:*

1. Nếu chỉ một nhà ở trên gò đất thì cuộc sống lục đục, hãm tài.

2. Nếu nhiều nhà (như trên một cù lao, hòn đảo) thì cuộc sống sung mãn.

3. Cần nhớ : sông rạch này là nơi lưu thủy, có nguồn nước từ chỗ khác đổ về.

+ *Gò đất trước và sau nhà:*

Trước nhà có gò cao, hay một mô đất nhô lên (như mộ) : dễ gặp tai ương bệnh tật.

Trái lại, nếu đất phía sau cao hơn nhà thì tốt

H.5

- **Nhà ở cạnh trục lộ giao lộ**

Nhìn chung, nhà nào cũng hướng về con đường, nơi giao thông công cộng, thuận đi lại, kinh doanh.

Tuy nhiên, có những cấm kỵ như sau:

1. Con đường cụt đâm vào nhà: là nơi hứng chịu sát khí, bụi bặm do xe cuốn phăng đến, nơi tập trung tạp âm gây rối loạn hệ thống thần kinh con người và cũng là nơi xe cộ dễ... tông vào, gây tai nạn cho chủ gia.

H.6

2. Nhà lọt giữa hai con đường.

Hệ quả cũng giống như con đường cụt. Tạp âm giao thoa (đan chéo nhau) tụ lại sát khí. Mỗi khi rời nhà phải băng qua nơi nguy hiểm. Tạp âm làm tâm linh xáo động, gây mất ngủ, kém ăn, sức khỏe sa sút, khó mà lao động hiệu quả.

- **Nhà cạnh mồ mả, nghĩa trang**

Nghĩa địa là chốn âm khí, dễ bốc "ma trơi", tức lân tinh (phosphor) cùng những ô nhiễm khác do thi thể rả rữa dưới lòng đất, theo tập quán chôn cất kia xưa.

Về tâm lý, mồ mả gây ấn tượng của sự chết chóc, hình ảnh ma quỷ, tang gia, hiện thân của sự kết thúc, suy tàn, rơi vào quên lãng.

Nơi có âm khí là nơi không lành mạnh. Nhà ở gần đấy, ngày nào cũng nghe kèn đám ma, tiếng nỉ non của người khóc thì tâm linh dễ bị xao động.

Ở vài vùng nước nổi Tây Nam bộ, có nhà dùng sân trước chôn người thân chết. Điều đó cũng thật bất lợi về nhiều mặt, nếu sau vài năm không cải táng mồ mả. Do đó, chủ trương quy hoạch nghĩa địa ở xa khu dân cư là chủ trương toàn cầu, hợp lí.

Cần khuyến khích việc hỏa táng (như các dân tộc Ấn, Miến, Môn-Khmer, Nhật) vừa vệ sinh, vừa tiết kiệm "tang phí" và đất thổ cư.

Quan niệm cho rằng hỏa thiêu thì linh hồn thành tro bụi, không hóa kiếp xem ra rất trái khoáy. Ngay các tu sĩ đạo Phật hiện tại còn phải xét lại thuyết "luân hồi", "tiền căn – hậu kiếp", vì quan niệm đó hình thành từ đạo Phật biến tướng ở Trung Hoa xưa, thời nhà Đường (với câu chuyện Tam Tạng – Đường Tăng).

Đức Thích Ca xưa kia khi nhập diệt cũng được hỏa táng.

❖ TÌM PHƯƠNG HƯỚNG BẰNG LA BÀN

La bàn là công cụ tìm phương vị Bắc-Nam. Tuy nhiên, do chất lượng la bàn từ trường (Magneto) yếu hay bị nhiễu, la bàn có thể thiếu chính xác. Vậy, cần có la bàn tốt. Sự thiếu chính xác làm chênh lệch hướng có thể đến 15^0 .

Không có la bàn thì cách tìm thủ công như sau: Ngày Hạ chí (21/6 dl) có điểm rơi vào giữa năm (về thời gian, chu kỳ năm) ta dùng cây gậy (trụ) cắm xuống đất sao cho thẳng đúng 90^0.

Từ hướng Đông, mặt trời sẽ bị trụ chắn và sóng trụ ngã về Tây, chặt một góc vuông Đông-Tây sẽ có hướng la bàn (Nam-Bắc).

Với cách này, người ta cũng có thể tìm giờ Ngọ. Khi đầu trụ bị mặt trời chiếu xuống chân trụ, không thấy bóng đen, chính là giờ Ngọ (chính Ngọ) có thể lúc đó là

11h45 hay 12h30, một giờ, theo Tý, Ngọ v.v... bằng 120 phút, có nghĩa; giờ Ngọ sẽ từ 10h45 đến 12h45 hoặc 11h30 đến 13h30.

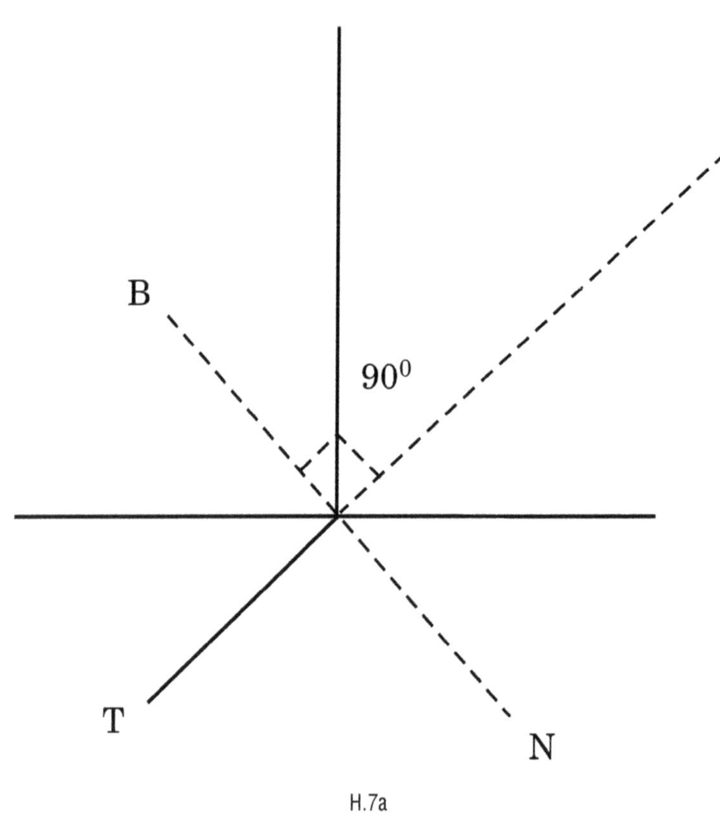

H.7a

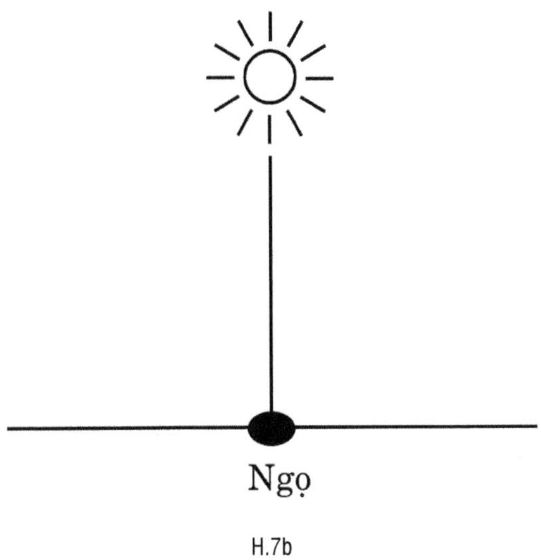

H.7b

❖ CHỌN HƯỚNG NHÀ

Tìm hướng nhà phù hợp cung mệnh là tìm một trong hai hướng chính: đông trạch hay tây trạch (Nam-Bắc là hai hướng phụ)

Trong số các thành viên trong gia đình, ai là người được giao “chủ cung mệnh”?

- *Nhóm ý kiến thứ nhất:* Nhóm này dựa vào chuẩn tuổi tác, chọn người cao tuổi nhất còn sống, thường theo thứ bậc: ông – bà, cha – mẹ, chồng – vợ, con lớn – con kế, anh – em v.v...

Nếu theo nhóm này, người cao tuổi nhất qua đời sau vài cất nhà, mà người kế thừa thứ hai lại ngược cung mạng với người đầu tiên, chẳng lẽ lại phải thay vị trí các hướng nhà?

- *Nhóm ý kiến thứ hai:* Vẫn dựa vào chuẩn tuổi tác, nhưng những người trên sáu mươi tuổi thì bị loại. Nhóm ý kiến này "biến tấu" từ nhóm thứ nhất và cho rằng quá sáu mươi (lục thập hoa giáp) là mất thế "chủ mệnh", giống như người về hưu, người từ nhiệm.

- *Nhóm ý kiến thứ ba:* Chọn thành viên nào có vai trò chủ đạo nhất (về quan hệ tình cảm, gia đình, chính trị v.v...) làm chủ mệnh, bất luận người đó là vợ hay chồng, con thứ hay con trưởng. Người chủ đạo là người có vị trí được tôn kính, tuân phục, có tiềm lực về kinh tế nuôi sống gia đình, tiếng nói "có trọng lượng" quyết đoán và là người có khả năng sử dụng căn nhà đó lâu dài, tạm gọi là "niên hạn đương nhiệm"

Hiệu lực về niên hạn tính từ hiện tại đến người đó được sáu mươi tuổi, nghĩa là nếu người kế thừa có cung mệnh khác với người "tiền nhiệm" họ có quyền chỉnh sửa hướng nhà.

Nhóm ý kiến này hợp lí, khoa học, thiết thực hơn cả, cần tham khảo, áp dụng.

❖ BỐN NGÔI SAO LÀNH, BỐN NGÔI SAO DỮ

Gọi là tám ngôi sao có lẽ không đúng lắm. Tạm gọi là cung, thể hiện tính chất lành, dữ (Qualité) với các mức độ khác nhau, từ tốt nhất đến xấu nhất theo thứ tự sau:

1. Sinh khí
2. Thiên y
3. Diên niên (Phúc đức)
4. Phục vị
5. Họa hại
6. Lục sát
7. Ngũ quỷ
8. Tuyệt mệnh

Như đã nói, theo bản mệnh đông tứ (gọi tắt từ chữ “đông tứ trạch”) hay mệnh tây tứ, cung tốt của đông tứ lại xấu với tây tứ. Cứ theo 8 quái (càn, khảm đến lý, đoài) mà tìm mệnh cho mình.

CHƯƠNG VI

VAI TRÒ CÁC LOẠI CỬA

Chính diện ngôi nhà là khuôn mặt, là đầu não chỉ huy. Cửa có ba loại:

- Cổng chính
- Cửa chính
- Cửa sổ và cửa phòng ngủ, cùng các phòng sinh hoạt khác lẫn cửa sau.

❖ **Cổng là quân hộ vệ của nhà, nếu ví nhà là vị chỉ huy**

Cổng to – nhà nhỏ, cổng cao nhà thấp vừa tạo sự lệch lạc vừa gây cảm giác tự ti của gia chủ. Trong không gian đó, dễ có sự buông tuồng, đóng kịch và thiếu trung thực (về cá tính chủ nhà)

Về mặt kinh tế, làm cổng to dễ phí phạm tiền và người ta lười đóng mở cổng.

Cổng nhỏ thấp – nhà to cao: gây sự chướng mắt và thể hiện tính hẹp hòi, bủn xỉn, "bế quan tỏa cảng", thiếu sự hiếu khách của chủ gia, khách rất ngại đến thăm.

Trừ những cửa chính là loại cửa sắt xếp chạy suốt bề ngang căn nhà, các cửa chính thường chiếm 1/3 bề ngang căn nhà.

Do đó, tương quan giữa cổng và cửa thường là tương quan trên dưới 80% về bề ngang và bằng về bề cao. Ví dụ: kích thước cửa chính là 120 × 200 thì kích thước của cổng giao động ở 100 × 200 và 140 × 200.

Cửa sổ đối với căn nhà là ánh mắt nơi tiếp nhận không khí lành và ánh sáng.

Cửa "hoạnh tài" nằm ở phía đông nam, nam, đông.

Cửa sổ ở các hướng khác thì kém hơn, nhưng trên thực tế, đó là hướng tiếp nhận gió đông bắc (lạnh), mưa tây nam, mặt trời lặn oi bức. Vì thế, cần có rèm, ô-văng (auvent) tức chái hiên che bớt ánh sáng và gió thốc, mưa tạt. Đó cũng là cách bảo vệ vật liệu (gỗ, sắt) của cửa.

+ Khắc phục điều chỉnh cửa để đón sinh khí.

Khi cửa chính ở hướng dữ: có trường hợp nhà mua từ người khác hay do công ty địa ốc cấp, trong đó cửa chính rơi vào cung, sao hại, sao dữ đối với chủ nhà. Ta cần điều chỉnh, khắc phục như sau:

- Tạo góc lệch sau cửa chính (hình 8)
- Làm bức chắn đối phó với tà khí

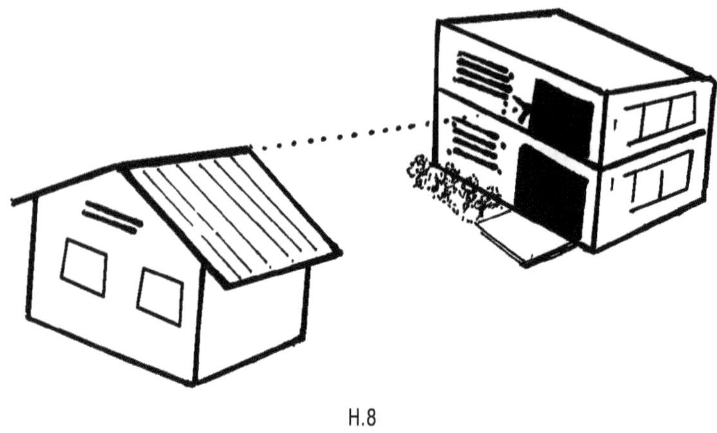

H.8

- Dựng một bình phong, cũng giống như bức chắn trên.

Khi cửa chính của nhà bị góc nhọn của phố đối diện hay bị con đường, giao lộ (ngã ba, ngã tư) đâm vào, ta cũng làm cách trên hoặc xê dịch cửa chính sang một bên (theo mệnh đông tứ hay tây tứ trạch) *(xem hình vẽ).*

Khi cửa chính hướng một hình bán nguyệt lồi (thay vì lõm) : dâm đạo.

Trong trường hợp này, người nhà dễ phạm dâm loạn, dẫn đến lục đục, sa sút, thậm chí bệnh tật, tai ương.

Có người khắc phục bằng cách treo gương bát quái, hoặc tấm triện "*thiên quan tứ phúc*", "*thiên quan dương phúc*". Xem ra, cách này có vẻ siêu hình, thay vì phải áp dụng những cách đã nói ở trên (nhà bị góc nhọn, con đường v.v... đâm vào). Trái lại, nếu cửa chính tiếp giáp

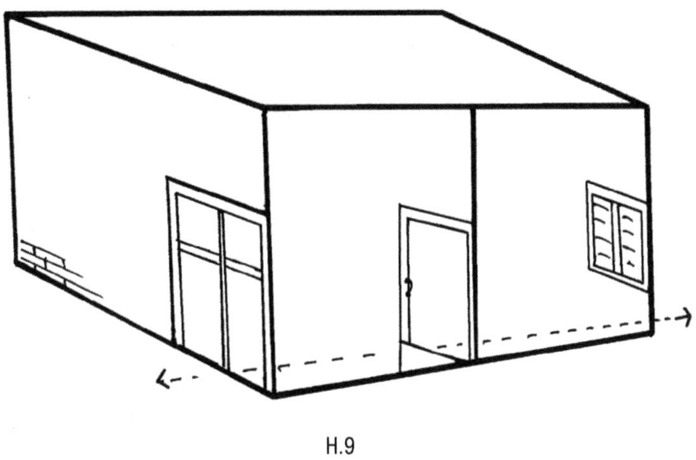

H.9

với bán nguyệt lõm thì hưng vượng.

Vị trí các cửa không nên nằm cùng trục đối xứng giữa cửa trước, cửa sau, giữa các cửa sổ, cửa phòng.

Bố cục không nên

Về khoa học, một bố cục so le tuy có vẻ trái khoáy (có khi bất tiện) nhưng sự chu chuyển gió, thanh khí sẽ nhẹ, đều, có thể quét trọc khí ở các góc tối ra ngoài. Ngược lại, trọc khí vẫn quanh quẩn trong các góc phòng, nhà. Vì gió thốc vào sẽ tuôn ra trên đường thẳng đối xứng giữa các cửa.

Ánh sáng khi lọt vào cũng chỉ tập trung một nơi chứ không tỏa đến các góc nhà.

❖ **Phòng khách (tức đại sảnh)**

Phòng khách hình chữ nhật (thiếu dương) tiện lợi hơn phòng vuông vì dễ bài trí.

Salon đặt giữa là có ý khoe mẽ và choáng vị trí, bất tiện, dễ bị dòm ngó. Tốt nhất là chọn một góc, các ghế đầu dựa vào tường, hình salon là chữ L.

Không nên trưng bày nhiều tủ vật dụng, trừ tủ sách, buffet, tủ rượu trà, bàn thờ (nếu có). Thêm một vài tranh hoành tráng, tranh thủy mặc, ghế đặt chậu hoa.

Không nên đặt giường ngủ (trừ phi nhà chật, tận dụng chỗ ngủ, cần có màn che kín đáo)

Luôn có ánh sáng tốt, gió lành để tạo cảnh quan vượng khí, hiếu khách. Phòng khách mà cửa im ỉm, tối như hủ nút, cả tháng không người sử dụng là nơi nhiều âm khí và trệ khí.

Phòng ngủ là nơi cần yên tĩnh, kín đáo. Phép phong thủy kỵ cửa phòng ngủ cùng hàng 180^0 với cửa chính, bởi nó lộ liễu, dễ gây tạp âm và dễ đón gió bụi.

Nhà bê tông thường có xà, nhà gỗ có thanh xuyên, đòn dông vắt ngang trên trần. Lối xây dựng đó vốn chỉ áp dụng cho các phòng thật rộng, dài.

Khi đặt giường ngủ dưới các xà xuyên, bóng đèn v.v... ta dễ chú ý đến nó và tự có cảm giác khó chịu. Lâu ngày, có thể mất ngủ, đau dạ dày và đường tiêu hóa. Cần che dấu bảng trần (plafond).

Phòng ngủ có trần quá thấp (dương) hay quá cao (âm) sẽ có cảm giác bị lực nén (trần thấp) hay lạnh lẽo (trần cao).

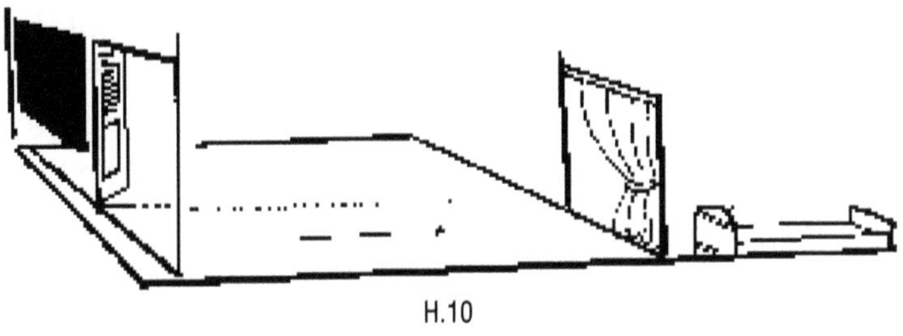

H.10

Chiều cao lý tưởng từ nền đến trần, theo nhiều nghiên cứu, là chỉ số 2 hoặc 2,5 tức lấy chiều cao thân người nhân với chỉ số đó. Ví dụ người cao 1,7m, trần sẽ cao 1,7 × 2 = 3,4m.

❖ **Giường ngủ:**

Giường ngủ cùng trục với cửa phòng.

Phép phong thủy kỵ điều này. Vị trí đó dễ gây tiếng khua chân, giày dép của người thân khi họ qua lại.

Về khoa học, đó là nơi đón gió thốc, bất lợi.

Về tâm lý, vị trí ấy không kín đáo, làm cho người ta khó yên giấc.

Giường ngủ tốt nhất là tựa đầu vào bức tường, ở một góc kín đáo nào đó, vừa tránh gió, vừa giảm tiếng ồn tạo cảm giác an toàn.

Cần tránh tựa vào cửa sổ thấp (ở hai đầu) nhất là nơi chân, dễ cảm lạnh.

Không nên đặt gương soi to ở buồng ngủ, nhất là ở cuối hay đầu giường. Khi thức giấc vào ban đêm, bạn chợt nhìn thấy (bóng bạn) gương có người động đậy, gây cảm giác giật mình, sợ hãi như ai lạ đột nhập vào.

Một lọ hoa nhỏ trong phòng ngủ, ở "table de nuit" (bàn ngủ cạnh đầu giường, có đèn mờ) tốt hơn là chậu hoa lá sống vì chúng nhả ra thán khí (âm khí) về ban đêm làm bạn thiếu dưỡng khí (dương khí) gây ngột ngạt, khó thở.

Dưới gầm giường, đó là "góc chết", nếu ta đặt nhiều dụng cụ, kể cả thau quần áo bẩn thì trở ngại việc quét dọn, làm mầm sinh vi khuẩn, nơi trú ngụ của chuột, gián, muỗi, mạng nhện rất mất vệ sinh, thường có mùi ẩm mốc khó chịu vốn là tà khí gây hại.

Giường ngủ theo hướng nào:

- *Quan niệm 1:* quay đầu về hướng sinh khí. Ví dụ hướng sinh khí của bạn là hướng tây nam thì đầu nên quay về hướng tây nam, vì đầu là trung tâm.

- *Quan niệm 2:* đạp chân về hướng sinh khí, vì chân là điểm tựa (thượng thiên hạ địa).

- *Quan niệm 3:* nằm ở trục Bắc (đầu) Nam (chân) theo hướng của nam châm, khi xung điện và từ trường có 2 lực đối ứng như thế tác động lên nhân điện.

Theo chúng tôi, quan niệm 1 và 2 mâu thuẫn nhau, thiếu sức thuyết phục, quan niệm 3 khoa học hơn, có sở cứ hơn.

❖ **Nhà bếp – phòng ăn**

Nhà bếp là một trong những nơi quan trọng nhất của căn nhà, sau phòng khách (lẫn bàn thờ tổ tiên). Đó là nơi chế biến thực phẩm nuôi sống ta, cho nên tiêu chuẩn của nhà bếp phải tiện nghi (đủ dụng cụ như tủ búp-phê, gác-măng-giê, tủ lạnh dự trữ thức ăn, nơi trữ nước uống, nước rửa, rô-bi-nê, hố thoát nước, ánh sáng, bếp gaz, nồi điện, lò nướng v.v...), vệ sinh (sạch, ngăn nắp, có lưới chống ruồi, muỗi, xa WC, chuồng trại...) và nên "bắt mắt" (màu sơn kích thích sự thèm ăn như màu hồng, tím nhạt, cam nhạt, có ảnh to hình thức ăn, trái cây v.v...)

Ở thôn quê, người ta dùng nhà kho kiêm nhà bếp, cạnh chuồng gà, chuồng lợn, bãi củi v.v... rất không hay vì thức ăn dễ bị nhiễm khuẩn, nhất là thức tươi, thức chín bị muội than, hơi khói làm biến chất, biến mùi thức ăn, dù cho việc nấu ăn bằng củi khô phù hợp phép dưỡng sinh so nấu điện điện, gaz và hơn hẳn so bếp dầu (thán khí gây hại cho đầu bếp).

Người Âu – Mỹ hay các gia đình khá giả ở châu Á thường có phòng ăn riêng, nhưng đa số dân chúng đều dùng một căn phòng vừa là bếp lò, vừa là bàn ăn tiện di chuyển dọn hay dẹp thức ăn, chén bát. Sắp xếp lưỡng tiện như thế, cần phải thanh toán giỏ rác (vỏ trái, củ, rau úng, đầu ruột cá...) sang nơi khác. Lavabô dùng nước phải tuyệt sạch, không mùi, không làm cho ta khó chịu khi ngồi ăn. Có 2 loại bàn ăn: hình tròn hoặc vuông và chữ nhật.

Người châu Á thích bàn ăn hình tròn, tiêu biểu sự viên mãn (tròn đầy), sum hợp và là cái bàn mà người nào cũng được bình đẳng... gắp thức ăn, vì thức ăn đặt ở ngay hay gần tâm O của hình tròn.

Người Âu thích bàn hình chữ nhật vì người ta ngồi đối diện nhau dễ trò chuyện và thường thì họ ăn rất chậm vừa ăn vừa đàm đạo.

Phải xem nhà bếp quan trọng, cần sạch đẹp như phòng khách, không để có mùi ô uế, không đặt giỏ rác trong bếp quá lâu.

Văn hóa ẩm thực của người Nhật gần giống (thậm chí nghiêm túc) so Việt Nam. Cô dâu mới phải "chào sân" bằng bữa cơm chính cô lo toan. Có cô vụng về, hỗ thẹn phải tự vẫn hay bỏ trốn. Thế nên mới có "trường đào tạo người vợ" ở Nhật.

Văn hóa ẩm thực thâm thúy là biết dùng thức rẻ, dễ tìm, chế biến ngon, hợp dưỡng sinh, biết biến nhà ăn thành nơi ấm áp, thân tình.

Có 2 ý kiến trái nhau về vị trí bếp với cửa chính.

- *Ý kiến thứ nhất:* bếp là nguồn cung cấp cuộc sống, sinh, vượng, nên phải đặt ở hướng tốt (còn gọi là du niên hướng cát), là các hướng sinh khí, thiên y, phục vị,...

- *Ý kiến thứ hai:* bếp là nơi thượng hỏa, thoát tuyệt; đốt tàn, nên phải đặt ở hướng xấu là tuyệt mệnh, lục

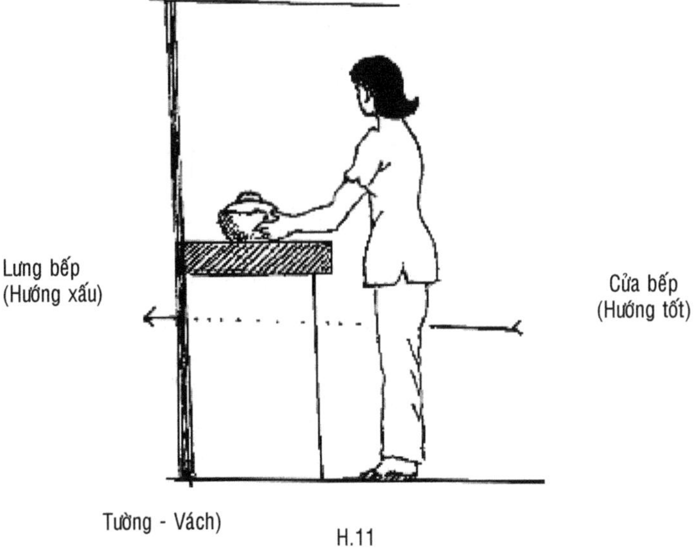

H.11

sát, ngũ quỉ, họa hại.

Tác giả cuốn sách này ngã về ý kiến thứ hai, có khuyến cáo nên đặt bếp ở ba hướng xấu, trừ hướng tuyệt mệnh.

Để đặt bếp ở vị trí tốt nhất, cần phân biệt giữa cửa bếp và lưng bếp.

Cửa bếp (hay cửa lò) là nơi đặt cửa vào để đun, là nơi có nút bật ga, bật điện.

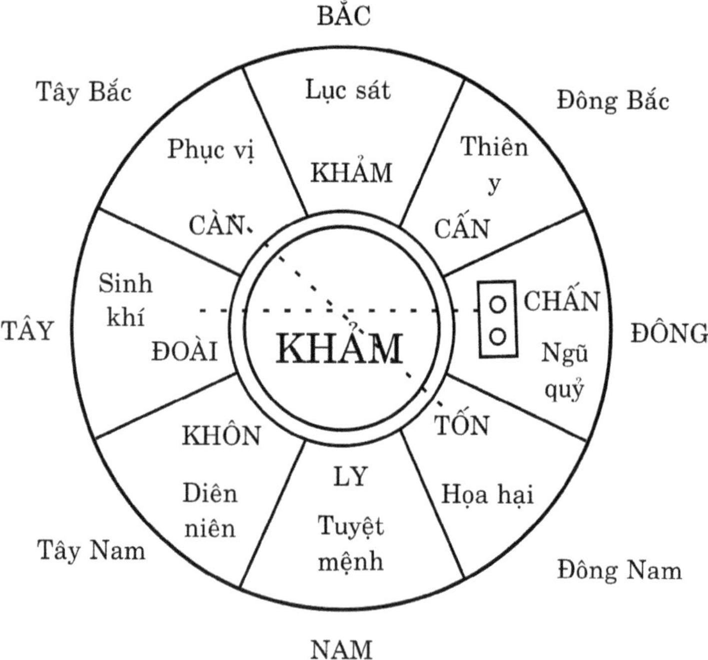

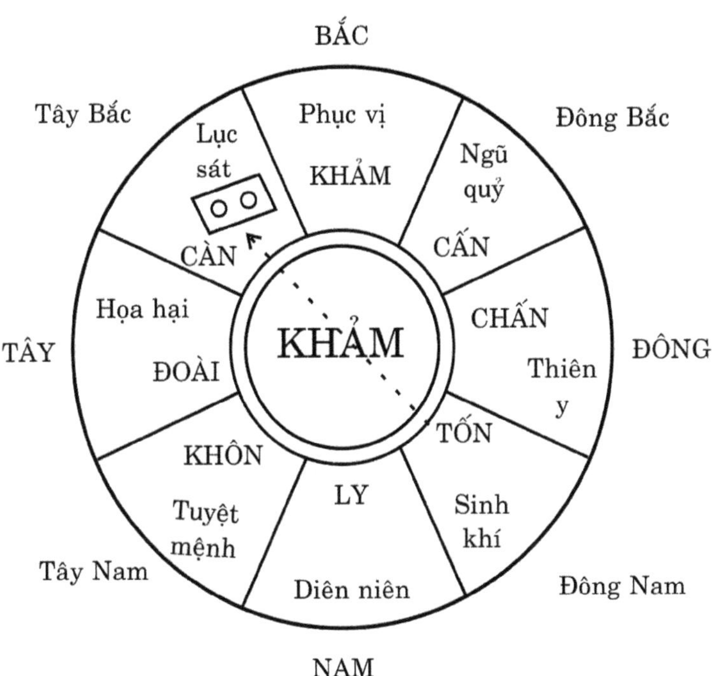

Lưng bếp là phía sau.

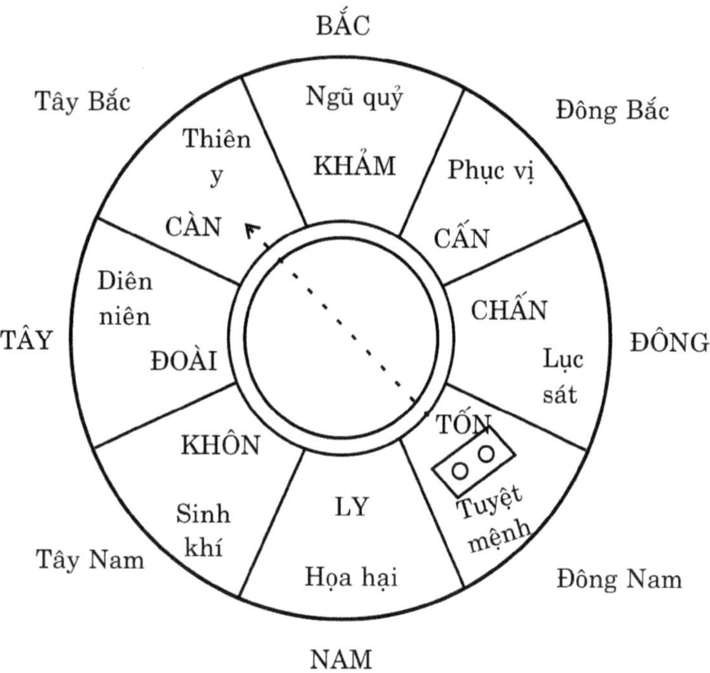

Bếp "tọa hung-hướng cát" là tựa lưng bếp về hướng

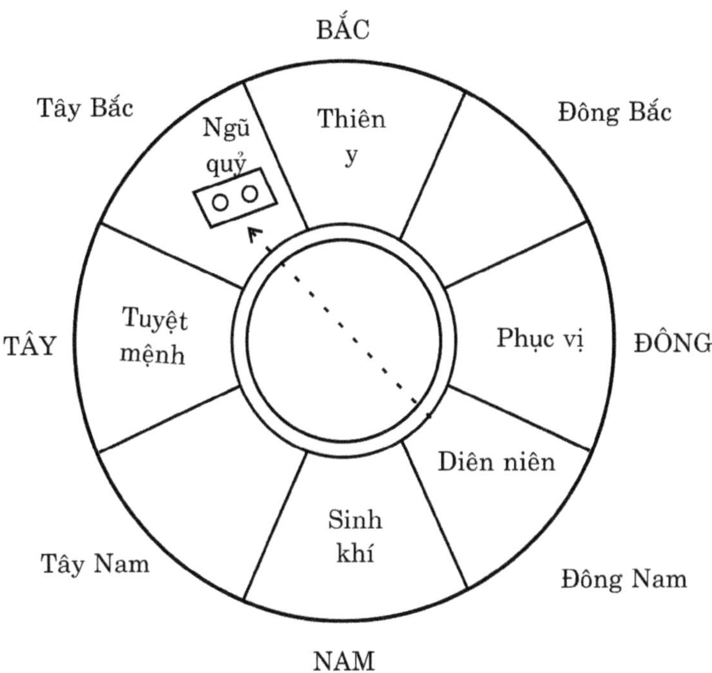

xấu, theo bản mệnh từng người, còn cửa bếp lại quay

BẮC
Tây Bắc
Đông Bắc
Sinh khí
KHẢM
Họa hại
CÀN
Tuyệt mệnh
CẤN
Lục sát
ĐOÀI
TÂY
TỐN
Diên niên
CHẤN
ĐÔNG
KHÔN
Ngũ quỷ
LY
Thiên y
TỐN
Phục vị
Tây Nam
Đông Nam
NAM

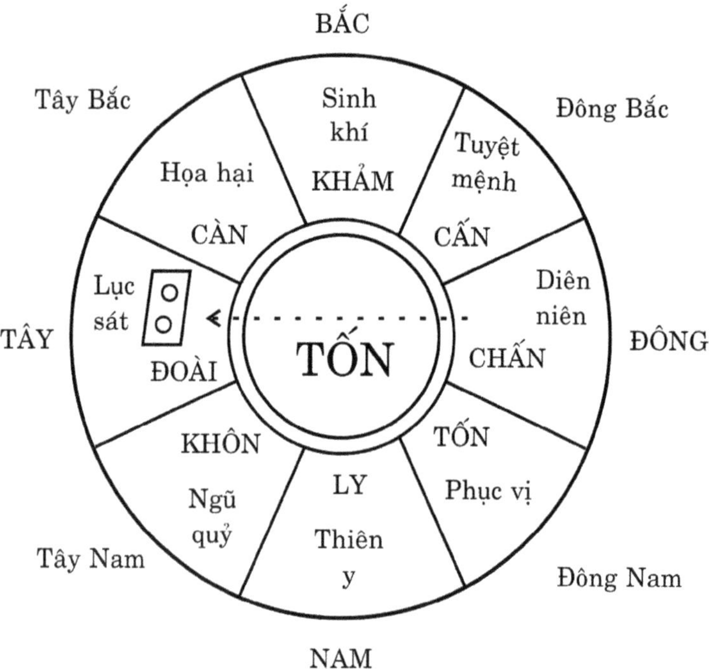

về hướng tốt.

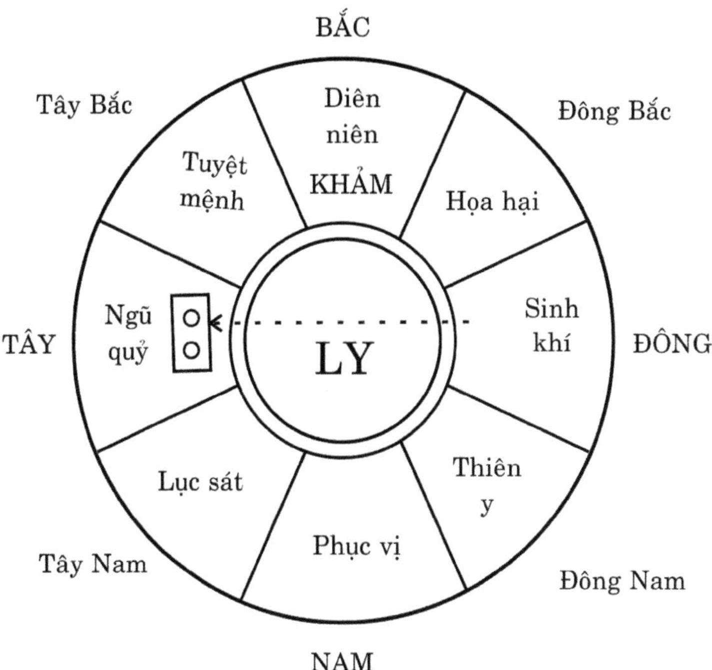

Tám bản mệnh (càn, khảm v.v...) sẽ có hướng khác

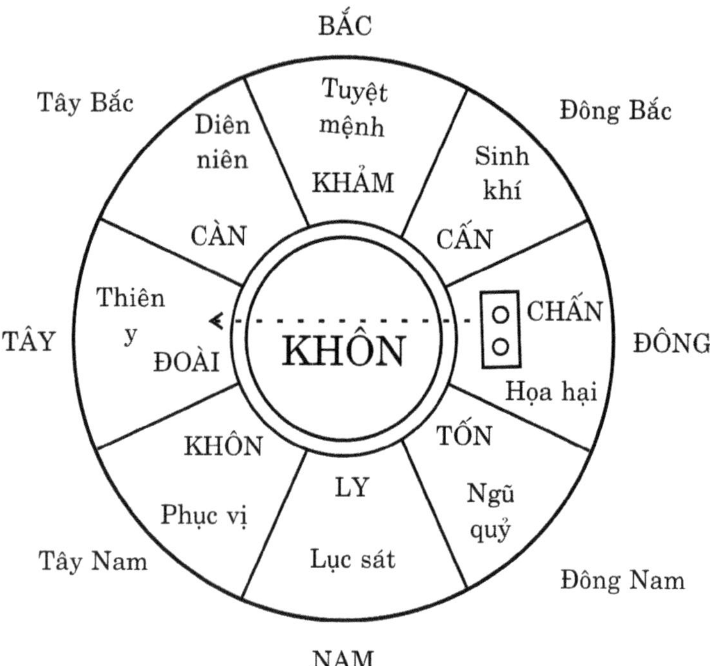

nhau, theo tám hình vẽ dưới đây.

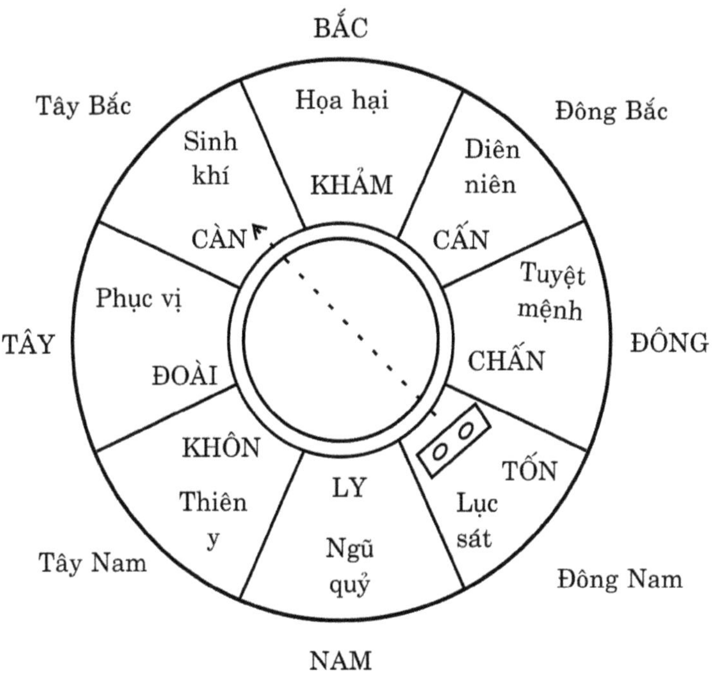

H.12: Càn mệnh hoặc càn trạch

H.13: Khảm mệnh hoặc khảm trạch

H.14: Cấn mệnh hoặc cấn trạch

H.15: Chấn mệnh hoặc chấn trạch

H.16: Tốn mệnh hoặc tốn trạch

H.17: Ly mệnh hoặc ly trạch

H.18: Khôn mệnh hoặc khôn trạch

H.19: Đoài mệnh hoặc đoài trạch

Thống kê, so sánh các hướng bếp theo "mệnh trạch", ta thấy cửa bếp quay về hướng tốt và trên trục đối xứng, lưng bếp quay về hướng xấu ta tránh hai cung tốt đối xứng nhau. Ví dụ, theo mệnh trạch CÀN, diên miên và thiên y đối xứng nhau, tránh đặt bếp ở một trong hai hướng đó. Các hướng còn lại đều tốt, nhất là trục ngũ quĩ (chấn-đông) và sinh khí (đoài-tây); ở mệnh trạch KHẢM, tránh hai trục đối xứng diên niên (ly-nam) và phục vị (khảm-bắc), hướng tốt nhất là trục lục sát (cấn-tây bắc) và sinh khí (tốn-đông nam).

- Những ý kiến trái nhau về việc chọn mệnh vợ hay chồng để tìm hướng đặt bếp:

Có ý kiến cho rằng: phụ nữ đảm đang việc bếp núc, nên phải xem chủ thể ấy mà chọn hướng.

Ý kiến khác cho rằng: nên chọn chủ gia làm chủ thể để lấy hướng bếp.

Tác giả thấy: thời nay, đàn ông cũng thường vào bếp phụ cợ con, có khi làm nội trợ "chính qui", ta nên chọn bản mệnh đàn ông làm chính.

Nếu như không yên tâm, ta có thể đặt bếp ở hướng phục vị, vốn là hướng trung dung, yếu tố tốt trong số bốn hướng tốt của bản mệnh. Sở dĩ chúng tôi xác tín điều này vì qua thực nghiệm đã tư vấn một số gia đình. Sau khi thay vị trí bếp, cùng vài chi tiết thiết kế, gia đạo họ yên ổn hơn trước (Tất nhiên còn phụ thuộc vào vài yếu tố khác làm nên sự hòa hợp, ấm êm).

Về bếp của nhà hàng, quán ăn: người Hoa khắc kị hai cung Chấn – Mộc ở phía đông, cung Ly – Hỏa có lợi cho lợi nhuận, tích Kim.

Xét về khoa học vật lí, hai hướng đó tiếp nhận gió Đông Bắc và Nam – nồm, lửa phân tán, bao nhiên liệu nên phải chọn hướng lệch: tây bắc, đông nam.

Một bếp quá thấp có thể gây bỏng (do nước đun chảo dầu) cho trẻ nghịch ngợm. Đặt bếp lò cao quá (vượt trên vùng rốn) thì phải rướn người thao tác cũng bất tiện.

Nhà bếp và những vị trí cấm kị

Chính vì sự quan trọng đó, cho nên việc bố cục bếp – nhà ăn rất đáng lưu ý, nhất là bếp (bếp là chủ, nhà ăn là khách)

Các cấm kỵ và cho phép theo lời khuyên của sách "*Bát trạch minh kính*" là:

- Không đặt bếp quay lưng về hướng cửa chính

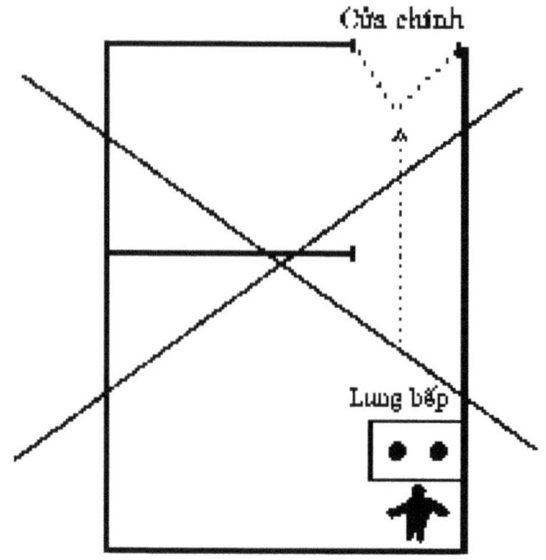

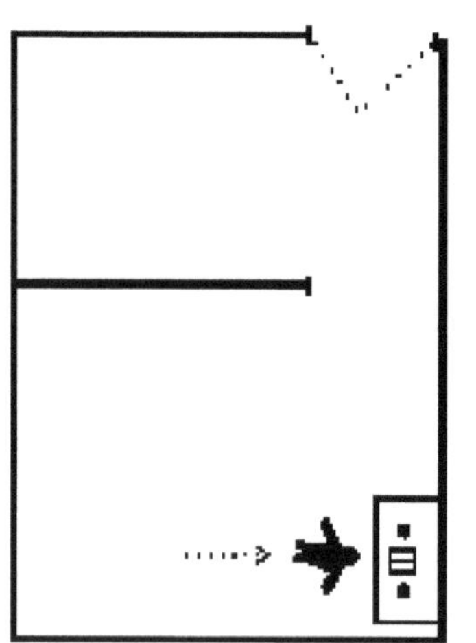

H.20

(đặt lệch hướng thì tạm được, nhưng vẫn không cầu toàn). Quay lưng theo một trục đối xứng là điều tối kỵ (hình 20)

Nên đặt bếp ngó mặt về hướng cung và sao dữ (hướng mà người đầu bếp nhìn tới), như cung họa hại, ngũ quỷ, lục sát.

- Không đặt bếp sát phòng ngủ, cửa sổ, cửa chớp, WC nếu không có tường cách ly.

Cấm kỵ này có tính khoa học hơn cả, vì thần khí (CO, CO_2), tạp khí (SO_2,NO_3) bốc lên từ bếp, kể cả mùi chiên rán đều kích thích mùi có thể gây khó chịu đối với người đã ăn no hay bị bệnh về đường hô hấp, tiêu hóa.

- Không đặt bếp gần nơi ô uế: củi, rác, kho bãi ...

- Cũng không đặt giường ngủ qua đêm trong gian bếp, dù bếp có sạch cách mấy.

Đặt bếp sát cửa, sẽ bị gió giật làm giảm sự tập trung của lửa, gây bao nhiêu liệu (dầu, gaz, điện, củi), lửa liếm táp do gió cũng có thể gây hỏa hoạn, nếu vô ý đặt vật dễ cháy cạnh bếp.

Phép phong thủy coi trọng tương khắc thủy (nước) hỏa (lửa)

Điều đó có phần đúng, vì nước có thể làm ẩm củi,

hơi ẩm làm giảm nhiệt năng. Tủ lạnh (thủy) gần lò lửa làm hao năng lượng và dễ hư hỏng.

Nước gần lửa "nhiệt điện" (lò nướng, bếp điện...) dễ gây dẫn truyền nguy hiểm, chạm mạch. Tuy nhiên, nếu dùng lửa gaz, việc gần nước không gây hại. Rô-bi-nê, bồn mini cạnh bếp lò tiện lợi nhiều mặt.

Quá trình nấu ăn là: mang thức thô từ tủ, tủ lạnh ra rửa, thái, kế đến là nấu chín và dọn lên bàn. Vì thế sắp xếp vị trí tủ lạnh, la-va-bô, dao thớt, bếp lò, bàn ăn sao cho thật khoa học, dễ sử dụng, nhanh gọn và vệ sinh.

❖ Nhà cầu (WC)

Phép phong thủy xem nhà cầu là nơi uế khí, phải đặt xa phòng khách, phòng ăn, nhà bếp. Nó thường nằm ở vị trí xấu, đối xứng với cửa chính. Ví dụ: cửa chính hướng đông bắc thì nhà cầu ở tây nam, nam hay tây.

Nhà cầu theo quan niệm cổ là nơi trấn yểm, áp lên chỗ họa hại, ngũ quỷ hay lục sát, thao công thức loại trừ, triệt tiêu.

(-) – (-) thành +

(- 10) – (- 10) = 0

Nhà ở hiện đại thì khác. WC có hố ga, ống thông hơi, gạch men, bồn nước, bột tẩy mùi, tẩy vi khuẩn nên có thể đặt trong phòng ngủ, đặt cạnh bếp vì khi uế khí tự hoại thì tạp khí, tạp chất mất đi, chỉ còn phân hữu cơ lên men (thổ âm).

Tuy nhiên, WC chỉ tốt khi việc dội rửa chu đáo, khí không rò rỉ, nhà cầu xây đúng quy cách (ít nhất 2-3 hố ga liên hoàn)

❖ **Cầu thang:**

Thường có hình chữ I,Z, U hay xoáy trôn ốc.

Phép phong thủy kỵ cầu thang xoáy trôn ốc (dù nó tiết kiệm không gian nhất).

Không nên đặt cầu thang giữa nhà, hay cùng trục với cửa chính, vừa thiếu thẩm mỹ, vừa không khoa học, án ngữ một cách phí phạm diện tích nhà.

Để tận dụng diện tích, có nhà dùng "gầm", "hốc" cầu thang để làm bếp mini, hay bếp chính, có thể gây hệ lụy về hỏa hoạn, nơi thiếu gió.

Không đặt bếp ở hốc cầu thang, sự nóng bức, khói (và mùi thức ăn) lan tỏa đến căn gác, tầng trên gây khó chịu.

Bất đắc dĩ, chỉ nên đặt ở gần đó một rương nhỏ đậy kín hay một tủ nhỏ, gọn sao cho mạng nhện khó bám, việc quét tước dễ dàng.

Cầu thang tốt thường ở trong góc khuất vững chắc khi chân đặt lên từng nấc thang. Để đảm bảo an toàn cho người già, người bệnh khi dùng cầu thang, tốt nhất là đừng đặt phòng ngủ của họ trên gác, trên lầu. Vạn bất đắc dĩ, ta thiết kế cầu thang có độ dốc thoai thoải, có lan can bảo hộ. Trong trường hợp này, cầu thang chữ Z (gấp khúc) tốt hơn là chữ I (trực tuyến).

❖ Vườn hoa phong thủy

Biên khảo "Feng Shui In Your Garden", tác giả RONI JAY (người Hoa Kỳ) đã được nhà nghiên cứu Richard Craze xác định mục đích "thư giãn", "khoa học" của phong thủy vườn : "Garden has always been a way of escaping from the pressures of daily life and reating a beautiful environment" (vườn tược luôn là phương thức trốn tránh áp lực cuộc sống hàng ngày và sáng tạo nên môi trường tươi đẹp).

Vườn bao gồm:

- Sân trước, vườn hoa
- Sân sau, vườn hoa hay cây ăn trái
- Hồ tròn, vuông hay bán nguyệt
- Hoa các loại
- Cỏ công viên (đặc dụng)
- Vòi phun nước (nếu có)
- Tượng (nếu có)

Bố trí vườn phong thủy là tìm ra quy luật, bát quái, âm – dương, ngũ hành phù hợp.

Sự phù hợp đem lại cảm quan hài hòa, cân đối,

H.21

thẩm mỹ, từ đó tạo ra không gian dễ chịu, là nơi tĩnh dưỡng lý tưởng sau giờ lao động vào các ngày nghỉ.

Không gian dễ chịu luôn có sự ấm cúng, tăng hạnh phúc gia đình, giảm nhẹ sức ép của sinh kế và các căng thẳng (Stress) của cuộc sống hiện đại.

H.22

• Bố cục khi xem ảnh minh họa chúng ta có thể thấy ở giữa là hình tròn của hồ và vòi phun, (âm), chung quanh là bãi cỏ hình vuông (dương) có viền các loại cây

H.23

cảnh. Riêng hồ và vòi, cũng thể hiện âm (hồ nhỏ, tròn) và thường là trụ thẳng đứng của vòi nước.

Ở hình số 23 chủ nhân bố trí lối đi "rồng cuộn" vốn

H.24

là biểu tượng âm trong dương (rồng: dương) và các viên gạch lát là hình vuông lẫn chữ nhật (dương).

Xem hình 24 quanh một lối đi thẳng (dương) chủ nhân tạo ra mái thực vật hình vòm và các ngọn cây cảnh được tỉa tót hình bầu (âm)

❖ **Hồ và hồ bán nguyệt**

Thuật phong thủy kỵ nhà ở cạnh hay trên ao, hồ nước tù, nơi sinh ra tà khí, ác khí (các buya hyđrô, lưu huỳnh, các bô níc v.v...) gây tổn hại cho sức khỏe, là nơi khu trú côn trùng nguy hiểm : muỗi, ruồi v.v...

Trái lại, nếu trước nhà có hồ tròn, bán nguyệt, nước luôn được thay cho sạch, có thể thả sen, nuôi cá cảnh ăn ấu trùng muỗi thì tác dụng giảm nhiệt của hồ rất hiệu quả.

Hồ hình tròn là biểu tượng âm, hồ bán nguyệt là âm – dương phối hợp. Cạnh tròn luôn ở phía ngoài, cạnh thẳng kề cận với cửa chính, tiền diện. Nếu xây theo lối ngược lại, sẽ vừa thiếu thẩm mỹ, vừa trái thuật phong thủy.

Về hoa lá, cây cỏ, ở xứ nhiệt đới, lá cây thường to, theo xu thế quang hợp. Nên phối hợp cây lá to cho bóng mát và cây lá nhỏ, dài hay có thùy răng cưa (như lá trúc, trắc bách diệp, sứ, trúc đào...) để tạo sự cân bằng về hình dáng, tránh um tùm thái quá, làm sân bị tối (âm). Sân có nắng lưa thưa là lý tưởng.

Về vườn hoa, cần áp dụng nguyên lý ngũ hành, hoa nhiều màu, màu trắng (kim), màu nâu, hồng sẩm như hoa hồng nâu (thủy), màu đỏ (hỏa), màu vàng (thổ).

Sự phối hợp màu theo gam hợp lý của vườn hoa là màu xen nhau một cách tương phản; ví dụ cúc vàng xen với dừa kiểng trắng, hồng đỏ xen với kim cúc. Chớ để hai màu gay gắt cạnh nhau, chẳng hạn hoa hồng cạnh lay ơn (Glaieul) tím.

Về cách sắp xếp sân trước, sân sau, theo truyền thống Á Đông và thuật phong thủy, sân trước là "chu tước", nên trồng cây thấp và hoa, cây cảnh, không nên trồng cây ăn trái hay cây bóng mát quá cao, tàn rậm làm mặt tiền căn nhà tối tăm.

Sân sau là "huyền vũ" (hay hắc qui, tức rùa) có thể trồng cây to, cao, là vị trí "hậu vệ" của căn nhà, nếu ở hướng bắc và hướng đông nam thì che chắn gió bão, nếu ở hướng tây thì che chắn tia tử ngoại gay gắt của mặt trời xế bóng.

Còn nếu vì tiết kiệm đất mà trồng cây hai bên vách nhà, sẽ tạo ra sức ép đối với "tả thanh long" và hữu bạch hổ, và dễ dẫn đến nguy cơ cành gảy, gốc bật làm hư hại căn nhà và trước mắt, tàn lá che chắn ánh sáng các cửa sổ.

CHƯƠNG VII

XÂY DỰNG KHÁCH SẠN, NHÀ HÀNG, QUÁN, VĂN PHÒNG

❖ Ánh sáng và vật liệu phong thủy

Theo thuật phong thủy, ánh sáng là dương, bóng tối là âm.

Dương quang tạo ra dương khí. Cây cỏ quang hợp từ ánh mặt trời sẽ sản xuất diệp lục (màu xanh của lá) nơi đâm chồi kết trái. Dương quan buổi sáng làm da dẻ ta hồng hào, cung cấp vitamine A, D lại sát khuẩn và chứa nhiều dưỡng khí.

Trừ ánh sáng chói lòa, ánh sáng phía tây lúc chiều có tia cực tím (ultra-violet) gây hại cơ thể, con người bao giờ cũng cần ánh sáng, cần sử dụng nó thật hợp lý. Chẳng hạn các phòng trong nhà để có ánh sáng mặt trời ban mai lọt vào (trừ những nhà có bề ngang quá lớn) nhất là phòng khách, nhà bếp, phòng ngủ thì thật lý tưởng.

Ánh sáng đủ để đọc sách, lao động vật (sửa chữa khí cụ, xe máy, khâu vá v.v...) cần trên dưới 80 lux (tương đương 2-3 bóng đèn huỳnh quang 40 W) (lux là đơn vị đo ánh sáng). Bếp, phòng ngủ cần trên dưới 25 lux. Nhà vệ sinh, nhà tắm cần 10 lux (một bóng đèn huỳnh quang 10 W).

Mặt người cần quay về ánh sáng (thay vì lưng), cho nên bố trí bàn buy-rô, bàn học phải tựa cửa sổ, nhìn ra ánh sáng. Nếu bố trí ngược lại, sẽ gây giảm thị lực. Ánh sáng mờ quá, làm tăng trương lực mắt, buộc mắt luôn điều tiết, sẽ gây bệnh cận thị và sự suy thoái nhanh nhãn cầu, con ngươi của mắt.

Một gia đình mà nhiều phòng tối tù mù, đèn đốm hỏng hóc không thay mới, cửa im ỉm sẽ tạo ra không gian âm khí, là không gian chết, nơi tích lũy vi khuẩn, nấm mốc, thán khí và bụi khu trú lâu ngày, luôn có hại cho đường hô hấp, tiêu hóa. Phong thủy gọi không gian đó là nơi có trọc khí, tà khí, gây cảm giác buồn chán, trì trệ, vốn không đi đôi với sự hưng vượng, năng động và phát triển.

Theo ngũ hành, vật liệu xây dựng gồm:

• Kim: sắt, thép, tol kẽm v.v... làm kết cấu móng, trần, cột bê tông, đà v.v...

• Mộc: các loại gỗ tối màu và tốt như câm-xe, cà chắt, lim, gõ, sao, sến..., các loại gỗ sáng màu và tốt như bằng lăng (thau lau), thông dầu già..., tre lá, tầm vông, tranh...

• Thổ: gạch xây, gạch lát, ngói, cát, đá, vôi, ciment.

Nhà bê tông, gạch chắc chắn chịu giông bão, bền vững nếu như việc xây cất phù hợp quy hoạch, tuân thủ quy trình pháp lý.

Nhà gỗ nhẹ, xây dựng nhanh, chi phí rẻ nhưng không chắc chắn (trộm khoét vách, đào ngạch, trổ nóc...), nếu gỗ xấu thì dễ bị mọt, mối đục khoét, thiếu cẩn trọng thì dễ phát hỏa, gặp gió to thì lung lay, tốc mái, ngả cột. Nhà gạch bê tông tích nhiệt, nếu tường mỏng, trần thấp, dễ oi bức.

Sàn lát bằng gạch hoa, gạch men, tráng ciment v.v... thì tích cả hàn nhiệt, thường làm chân lạnh, không điều hòa âm dương. Sàn lát bằng gỗ thì làm căn phòng quý phái hơn, cổ kính hơn nhưng hơi tối. Sàn gỗ rất hợp nguyên lý âm dương và phép dưỡng sinh.

Có người dùng thảm trải lên sàn gạch hay gỗ, trông khá sang trọng nhưng dễ bám bụi, bị tàn thuốc lá xâm hại. Tùy sở thích, thị hiếu, ta có thể chọn vật liệu phù hợp phép phong thủy trong kiến trúc để nhà được thoáng, mát, sạch đẹp và tiết kiệm ngân sách xây dựng.

❖ Áp dụng phong thủy đối với khách sạn, nhà hàng, quán ăn, văn phòng

Việc xây dựng nơi kinh doanh, sản xuất, dịch vụ (khách sạn, xưởng, nhà máy, văn phòng), về tổng quát, có những điều CẦN và điều CẤM KỊ giống như xây nhà, chẳng hạn: cổng, cửa chính, mặt tiền văn phòng bị một góc nhọn của công ty bên cạnh đâm vào (cấm kị)

Khi con đường cái có ngõ cụt đâm vào công ty, nhà hàng, (thường gặp ở các “vòng xuyến”, “bùng binh”) thì cách khắc phục là xây bức tường chắn và tạo hai con đường ở hai bên dẫn vào cổng chính công ty. Kiến trúc sư Ngô Viết Thụ, khi thiết kế Dinh Độc Lập (Sài Gòn) đã cố ý nâng cao tiền sảnh khỏi đầu người và tạo ra hai hành lang đi vào dinh.

Về vị trí, áp dụng phong thủy là tìm lối tính toán khoa học (vật lí, tâm sinh lí) chẳng hạn: nơi ăn uống không thể gần bãi rác, chỗ tù, bẩn, văn phòng, công ty tránh đặt ở các giao lộ đan chéo, nhân viên dễ gặp tai nạn khi vội vàng qua lại. Nhiễu của sóng Herzt là tà khí, là tâm linh bị u ám, căng thẳng.

Về dáng tổng quát, một công ty, xí nghiệp, nên chú ý các hình thể sau:

Mặt tiền: hình chữ CÁT (cát: tốt) 吉

Hình chữ TOÀN (hoàn hảo) 全

Lâu đài, cung điện hình chữ VƯƠNG 王

(Tuy nhiên, đây là chữ Hán, nên người Hoa sánh chọn, vì nó tốt về mặt người nghĩa và cân đối về mặt hình dáng).

Các hình thể biệt thự, nhà cao tầng cần hài hòa ÂM (hình tròn) và DƯƠNG (hình vuông). Các bạn có thể tìm ảnh tư liệu rất phong phú trong cuốn *Lâu Bàn phong thủy* (Lou Pan Feng Shui) (NXB Thiểm Tây (TQ) 2005).

❖ Văn phòng

Ngoài việc sắp xếp hợp lí các phòng trong mỗi liên kết, hỗ trợ, sao cho việc cung cấp và tiếp nhận thông tin (hay công việc) thật giản tiện, theo một dây chuyền khoa học.

Về ông bà giám đốc: ngoài khả năng điều hành, lãnh đạo, các yếu tố còn lại cũng không kém quan trọng: phòng làm việc của họ có thể nhỏ hơn hoặc bằng nhân viên để tạo sự thân thiện, bình đẳng. Nếu có kèm phòng khách liên hoàn (thay vì phòng khách riêng) thì không gian thoáng đãng, trân trọng, có trần thiết mỹ quan như ảnh, bản đồ, cây cảnh, chậu hoa, bàn trà. Nên đặt phòng điều hành ở xa hơn cả, phía trong hành lang, để nhân viên vào nhận việc không cảm thấy bị ông bà cấp trên quan sát mỗi khi bước vào, vì điều quan trọng là kiểm tra hiệu quả công việc hơn là quan sát, theo dõi, trừ khi dùng camera tổng quát lắp đặt trên trần.

Nhiều nơi, người ta đặt bàn làm việc quay vào tường để nhân viên ít phân tâm. Tuy nhiên, nó gây cảm giác khó chịu khi nhân viên e ngại có người khác chú ý mình ở phía sau, hoặc giật mình khi ai đó vô ý vỗ vai từ phía sau.

Các vách ngăn mini cách ly từng bàn cũng tiện lợi, giúp nhân viên tập trung công việc. Nên khuyến khích, nhắc nhở sự thư giãn sau sáu mươi phút làm việc: giải khát, tán gẫu, dạo chơi ngoài sân văn phòng.

Các yếu tố khác cũng không thể bỏ qua ánh sáng, nhiệt độ dịu, không khí luân chuyển, đủ Oxi. Phòng máy lạnh thường thiếu Oxi nếu không có bộ phận thu hút không khí, dẫn đến thiếu máu não, năng suất lao động thấp, gọi là tà khí át sinh khí.

❖ Quán ăn

Không nên tiết kiệm không gian khi đặt một số bàn ăn ngay cửa ra vào, lối chính. Những thực khách vô tình ngồi sẵn ở đấy sẽ khó chịu khi nhóm khác sau bước vào nhìn họ, khiến họ trở thành "trung tâm được chú ý", sẽ gây cảm giác không thoải mái.

Nhà vệ sinh phải ở góc khuất, cửa không nên cùng với hướng với cửa chính, dễ làm lợm giọng. Có thể khắc phục bằng bình phong với tấm ký hiệu WC. Hai chữ đó mang tính hướng dẫn nhà vệ sinh, ít khó chịu hơn là phải nhìn cửa phòng WC hay nhìn người khác ra vào đại tiểu tiện lộ liễu.

Tất nhiên, việc khử mùi là hết sức quan trọng. Gam màu kích thích sự ăn ngon là cam, đỏ, hồng. Gam màu xám, xanh dương, đen có tác dụng ngược, dễ tạo sự no hơi (Aerogastrie).

Trên tường nên có vài tranh hoành tráng, khổ to về phong cảnh, tạo cảm giác ta đang ăn uống dã ngoại, gần thiên nhiên và ảnh thức ăn (trái cây, đùi gà, phi lê bò nướng, cá rán v.v...)

CHƯƠNG CUỐI

An cư lạc nghiệp là niềm hạnh phúc mà ai cũng mơ ước. Có một xóm dân cư hiền lành, thuần phác, có một địa thế đủ thủy-hỏa-mộc: nước sinh hoạt, gần nhiệt điện, thủy điện hay nơi dễ tìm chất đốt, có sản xuất, giao dịch, các khí cụ lao động, tiêu dùng, có cây xanh, bãi cỏ, vườn ruộng, rừng thưa v.v... xem như là nơi lý tưởng. Việc còn lại là chọn chỗ đúng hướng, xây cất có thiết kế chắc chắn, bền vững, thẩm mỹ mà không rườm rà, hào nhoáng, phí của v.v...

Thế là ta đã vận dụng thuật phong thủy trong việc tạo dựng tổ ấm. Căn hộ nhìn vào, bước vào, ta thấy vừa sáng, vừa ấm, xem xét các nơi bài trí tiện nghi, ta thấy tính khoa học, tính thực tiễn, ngăn nắp, vệ sinh, sự hài hòa tối thiểu.

Không gian đó toát lên CHI, QI, tức sinh khí, vượng khí làm con người phấn chấn trong khi định cư, sung mãn, nồng nàn trong phòng ngủ của lứa đôi, làm ta lạc quan trước mọi việc, khoan hòa, thân ái trước cộng đồng.

Như thế, phong thủy đã phát huy tác dụng.

Trái lại, xóm ở xô bồ, tạp nhạp thiếu văn hóa, nhà ở lộn xộn, bài trí chủ quan, rộng thành chật, sạch thành bẩn, nhà không ra nhà, bếp thành kho, phòng khách thành nơi trưng bày của cải phô trương, phòng ngủ tối tăm, chật hẹp, đầy muỗi mòng, quần áo tung tóe khắp nơi, nhà cầu lúc nào cũng rò rỉ, bốc nặng mùi...

Như thế, sao gọi là an cư được? Thuật phong thủy là áp dụng vào thực tiễn có cân nhắc hợp lý, khoa học để tìm đến một không gian yên vui, hoan lạc cho từng con người, từng gia đình, kích thích niềm tin về cuộc sống tươi đẹp.

TÀI LIỆU THAM KHẢO

- **Nghiên cứu phong thủy. Phong thủy Việt Nam.**

  Ngô Nguyên Phi. NXB Văn hóa Thông tin 2002

- **Cổ học phương Đông trong nghệ thuật kiến trúc**

  Lương Trọng Nhàn. NXB Lao Động 2005

- **Cẩm nang phong thủy**

  Vũ Đình Chỉnh. Bản in vi tính 2004

- **Xây dựng nhà ở theo địa lý thiên văn và dịch lý**

  Trần Văn Tam. NXB Văn hóa Thông tin 2002

- **Feng Shui For Business**

  Evelyn Lip – Anh ngữ. CA.90501. Singapore 1980

- **Feng Shui Tips For A Better Life**

  David. D. Kennedy. Anh ngữ Story Books-Canada 1996

- **Lou Pan Feng Shui**

  NXB Thiểm Tây – Trung Quốc-2005.

Mục lục

CHƯƠNG I

Phong thủy và những câu chuyện lịch sử 7

CHƯƠNG II

Bát quái và bát trạch 19

CHƯƠNG III

Thủy – Hỏa, Âm – Dương và Thuật phong thủy 41

CHƯƠNG IV

Khí – Sinh khí – Vận khí 45

CHƯƠNG V

Vị thế - Vị trí căn nhà 48

CHƯƠNG VI

Vai trò các loại cửa 65

CHƯƠNG VII

Xây dựng Khách sạn, Nhà hàng, Quán,
Văn phòng 96

CHƯƠNG CUỐI

.... 103

Tài liệu tham khảo 105

THƯƠNG HIỆU SÁCH TÍN NHIỆM - NHÀ LÀM LỊCH CHUYÊN NGHIỆP

HƯƠNG TRANG®

Chia sẻ tri thức, nuôi dưỡng tâm hồn

www.ingramcontent.com/pod-product-compliance
Ingram Content Group UK Ltd.
Pitfield, Milton Keynes, MK11 3LW, UK
UKHW021050270726
13967UKWH00012B/197